कलिका

वि. स. खांडेकर

मेहता पब्लिशिंग हाऊस

Please contact us at **Mehta Publishing House,** Pune 411030.
✆ +91 020-24476924 / 24460313 / Mob. No. 9545000513
Email : production@mehtapublishinghouse.com
Website : www.mehtapublishinghouse.com

- *या पुस्तकातील लेखकाची मते, घटना, वर्णने ही त्या लेखकाची असून त्याच्याशी प्रकाशक सहमत असतीलच असे नाही.*

KALIKA by V. S. KHANDEKAR

कलिका : वि.स. खांडेकर / रूपककथा

Email : author@mehtapublishinghouse.com

मराठी पुस्तक प्रकाशनाचे हक्क : मेहता पब्लिशिंग हाऊस, पुणे.

प्रकाशक : सुनील अनिल मेहता, मेहता पब्लिशिंग हाऊस,
१९४१, सदाशिव पेठ, माडीवाले कॉलनी, पुणे - ४११०३०.

मुद्रक : ट्रिनिटी ॲकॅडमी फॉर कॉर्पोरेट ट्रेनिंग लिमिटेड

मुखपृष्ठावरील
छायाचित्र : रवींद्र व्होरा, सांगली

प्रकाशनकाल : १९४३ / जानेवारी, १९९७ / फेब्रुवारी, २००९ /
पुनर्मुद्रण : फेब्रुवारी, २०१८

किंमत : ₹ १००

P Book ISBN 9788171616343
E Book ISBN 9789386342638
E Books available on : amazonkindle Apple Books Google Play Books

श्री. विनायकराव कर्नाटकी
यांस

दिग्दर्शन

रॉबिन्सन क्रूसोप्रमाणे एखाद्या ओसाड बेटावर वर्षानुवर्षे आयुष्य काढण्याची पाळी आली, तर तुम्ही बरोबर कोणती दहा पुस्तके न्याल?

एका प्रसिद्ध लघुनिबंधकाराने गमतीने हा प्रश्न विचारला आहे. त्याचा निबंध वाचताना मला वाटले होते, दहा अंक मोजायच्या आत आपण आपल्या दहा आवडत्या पुस्तकांची नावे सांगू!

तशी यादी करायला मी बसलो मात्र! हे काम फार बिकट आहे, अशी माझी खात्री झाली!

आपल्या ओळखीचे मित्र पुष्कळ असतात. शिळोप्याच्या गप्पा झोडायला किंवा चहा पिण्यातला आणि चित्रपट पाहण्यातला आनंद द्विगुणित करायला त्या सर्वांचा फार उपयोग होतो. पण संकटकाळी आपले दुःख जाणून घेऊन, ते विभागून घेण्याकरिता धावून येणारा सुहृद त्यात क्वचितच असतो! आणि तोही एखादाच! पुस्तकांचेही तसेच आहे.

प्रवास कंटाळवाणा होऊ नये, म्हणून काही पुस्तके आपण वाचतो, काही पुस्तके प्रथितयश लेखकांची म्हणून आपल्याला वाचावीच लागतात, (जगाच्या दृष्टीने आपण मागासलेले ठरू, ही भीती माणसाला किती निष्कारण भेडसावीत असते!) कित्येक पुस्तकांची व आपली, रविवार हा सुटीचा दिवस असल्यामुळे, दोस्ती होते, तर कित्येक पुस्तके अश्लीलमार्तंडांनी त्यांना दिलेल्या अवास्तव प्रसिद्धीमुळेच आपल्या डोळ्यांपुढे उभी राहतात. अगदी गणेशचतुर्थी दिवशी चंद्र दिसावा, तशी! या सर्व प्रकारच्या गर्दीतून आपली अत्यंत आवडती अशी दहा पुस्तके निवडून काढणे हे काम वाळवंटात इतस्ततः विखुरलेले दहा कण वेचून

काढण्याइतकेच कठीण नाही का?

—आणि अवघी दहाच पुस्तके निवडायची असल्यामुळे पक्की यादी करायच्या वेळी मनाचा जो गोंधळ होतो, तो विचारूच नका! बिनवासाची फुले सहज बाजूला करता येतात. पण गुलाबाची फुले आणि सोनचाफ्याची फुले यांच्यामध्ये निवड करायची पाळी आली, म्हणजे झटपट निकाल कसा द्यायचा नि काय द्यायचा? जगात वाईट हाच काही चांगल्याचा शत्रू नाही. उत्तम हासुद्धा त्याचा वैरीच ठरतो.

लहानपणापासून नाटकांची आवड असल्यामुळे त्या ओसाड बेटावर नेण्याकरता म्हणून देवल, कोल्हटकर, खाडिलकर आणि गडकरी यांची नाटके मी पुन:पुन्हा उचलली, तरी शेवटी एका इब्सेनखेरीज दुसरा कुठलाही नाटककार मला त्या विचित्र एकान्तात सोबत करू शकणार नाही, हे मला मान्य करावेच लागले.

या दहा पुस्तकांच्या यादीत कुठली कादंबरी समाविष्ट करावी, हे कोडे तर मला कधीच सुटले नाही. हरिभाऊ आपटे, शरच्चंद्र, हार्डी, टर्जिनिव्ह, स्टीफान इवाईग हे सारेच माझे आवडते कादंबरीकार आहेत.

—आणि बरोबर काव्यसंग्रह कुठला बरे न्यायचा?

या प्रश्नांचे उत्तर निश्चित करताना तर माझे डोकेच पिकून गेले! छे! वाङ्मयातल्या प्रत्येक विभागातले एकेक आवडते पुस्तक निवडण्यापेक्षा एखाद्या राजकन्येचे स्वयंवर पार पाडणेसुद्धा सोपे असेल!

मात्र त्या दहा पुस्तकांच्या यादीतली दोन नावे निश्चित करताना माझे मन मुळीच गोंधळले नाही. ती दोन पुस्तके म्हणजे रामायण आणि इसापनीती. रामायण हे माझ्या दृष्टीने नुसते महाकाव्य नाही. तो जीवनाला मार्गदर्शक होणारा तत्त्वज्ञानाचा ग्रंथ आहे. दु:खाशी हसतमुखाने कशी झुंज द्यावी, हे ज्याला शिकायचे असेल, त्याचे रामायणावाचून चालायचे नाही.

माझी रामायणाची निवड सध्याच्या काळी अनेकांना आवडण्यासारखी नाही. पण तिला कुणी फारशी नावेही ठेवणार नाही. मात्र मी माझ्या जिवाभावाच्या दहा पुस्तकांत इसापनीती घातलेली पाहून त्याच लोकांना हसू कोसळेल! फुटबॉल खेळणाराने गोट्या खेळायला लागावे, तसे काहीतरी वाटेल त्यांना! काही मंडळी मिस्कीलपणाने मनात म्हणतील- स्वारीची बुद्धी आठ-दहा वर्षांच्या मुलाइतकीच वाढलेली दिसते!

कुणी काही म्हणो, जगातला पहिला चतुरस्र रूपककथाकार या दृष्टीने इसापच्या बुद्धिमत्तेविषयी मला आज पंचेचाळिशीतही अतिशय आदर वाटतो. तेजस्वी तारा पृथ्वीपासून कितीही दूर असला, तरी त्याचा प्रकाश आपल्यापर्यंत येऊन पोहोचतोच की! इसापचेही तसेच झाले आहे. अडीच हजार वर्षे होऊन गेली; पण त्याचा कुशल कथाविलास आजच्या सुधारलेल्या जगातल्या माणसालाही मोहिनी घालण्याइतका

रमणीय आहे. इसापची कल्पकता कवीची होती, त्याचे निरीक्षण विनोदपंडिताचे होते आणि त्याची बुद्धी संसारी तत्त्वज्ञानी होती.

जगाला उघड उघड सांगितलेले कटुसत्य सहसा अवडत नाही; नि बहुधा ते परिणामकारक होत नाही, हे ओळखूनच त्याने रूपककथेचा आश्रय केला आणि आपल्या प्रतिभेने तिला विविध रीतींनी नटवून सजवून जगापुढे मांडली.

कल्पनेची चमत्कृती हा रूपककथेचा एक प्रमुख आणि प्रभावी गुण आहे. इसापच्या अनेक लोकप्रिय गोष्टींत पशुपक्ष्यांची रूपके असल्यामुळे आणि त्या कथांतून सूचित केलेल्या सत्यांचा इसापनंतरच्या वाङ्मयातून अनेक रम्य प्रकारांनी आविष्कार झाल्यामुळे त्याच्या कल्पकतेची आजच्या वाचकाला असावी तशी ओळख नाही. बटण दाबून विजेचे दिवे लावणाऱ्या माणसांपैकी कितीकांना एडिसनच्या कष्टाळू तपश्चर्येची आणि अलौकिक प्रतिभेची माहिती असते? तसेच आहे हे! पण इसापची कल्पकता किती तरल व सुंदर होती, याचे उदाहरण म्हणून त्याची फारशी प्रसिद्ध नसलेली 'मृत्यू आणि कामदेव' ही गोष्ट अवश्य वाचावी. मानवी मनाला सतत सलणाऱ्या शल्यांपैकी दोन शल्ये म्हणजे तरुणांचा अकाली स्वर्गवास आणि वृद्धांचा किळसवाणा शृंगारविलास. दोन्ही अनिष्ट प्रकार जगात कसे सुरू झाले, याचा विचार करता करता इसापने खालील चमत्कृतिपूर्ण कथा लिहिली.

गोष्ट अशी आहे :

वसंतातले विविध खेळ खेळून कामदेव अगदी श्रमून गेला होता. त्यात ग्रीष्म ऋतूतल्या भयंकर उकाड्याची भर पडली. आपल्या भात्यातले पुष्पबाण सुकून त्यांची टोके गळून पडतात की काय, अशी कामदेवाला भीती वाटू लागली. कुठल्यातरी शांत जागी विश्रांती घ्यावी, म्हणून तो एका गुहेत शिरला.

ती गुहा मृत्यूची होती. त्याचे विषारी बाण गुहेत सर्वत्र पसरलेले होते. पण अगदी गळून गेलेल्या कामदेवाला ते दिसलेच नाहीत! त्या थंडगार जागी तो आडवा झाला मात्र! निद्रेने त्याच्यावर आपले मोहिनीजाल पसरले.

कामदेव झोपला असताना त्याच्या भात्यातले बाण जमिनीवर पडले व मृत्यूच्या बाणांत मिसळून गेले.

जाग येताच कामदेवाने भराभर आपले बाण भात्यात घातले. पण अंधाऱ्या गुहेत आपले बाण कोणते व मृत्यूचे बाण कोणते, हे त्याला कळलेच नाही!

बाहेर आल्यावर कामदेवाने पूर्ववत तरुणतरुणींवर आपले शरसंधान सुरू केले. पण काही काही वेळा निराळा अनुभव येऊन तो चकित होऊ लागला. पूर्वी त्याचे बाण लागताच सर्व तरुण-तरुणी प्रेमवश होत असत. आता मधेच त्यातली काही माणसे मृत्युवश होऊ लागली.

—आणि तिकडे मृत्यूही मधूनच आपले बाण अयशस्वी होत असलेले पाहून

आश्चर्य करू लागला. तो नेहमी वृद्धांवरच बाण सोडीत असे व ज्याच्यावर त्याने बाण सोडला, तो निश्चित निष्प्राण होत असे. पण आता मात्र मधूनच एखादा म्हातारा त्याचा बाण लागल्यावर प्राणांतिक वेदनांनी विव्हळ होण्याऐवजी कामपीडेने व्याकूळ होऊन भलतेच चाळे करू लागला!

या गोष्टीतल्या कल्पकतेइतकीच 'जीभ' या इसापच्या गोष्टीतली मार्मिकताही नमुनेदार आहे!

इसाप हा झांथसच्या घरी स्वयंपाकी होता.

एके दिवशी मेजवानीसाठी सर्वांत उत्तम पक्वान्न तयार करण्याचा हुकूम झांथसने त्याला दिला. इसापने बोकडांच्या जिभांचे निरनिराळे पदार्थ तयार केले. सारे पाहुणे त्या पदार्थांवर अगदी तुटून पडले. पण झांथसला मात्र राग आला. इसापने नुसत्या जिभांचेच निरनिराळे पदार्थ केले होते!

"तू असं का केलंस?" म्हणून त्याने विचारताच इसापने उत्तर दिले,

"जगात जिभेइतकी चांगली गोष्ट दुसरी कुठलीच नाही."

मुद्दाम दुसरे दिवशी सर्वांत वाईट असे पक्वान्न तयार करायला झांथसने इसापला सांगितले. आदले दिवशीचीच मित्रमंडळी जेवायला आली. सारे पाहतात, तो ताटात एकूण एक बोकडांच्याच जिभांचे पदार्थ!

आता मात्र झांथसला राग आवरेना. तो संतापाने इसापला म्हणाला,

"अरे, काल ज्या जिभा सर्व पदार्थांपेक्षा चांगल्या होत्या, त्याच आज सर्वांत वाईट कशा झाल्या?"

इसापने उत्तर दिले,

"धनीसाहेब, जगात जिभेइतका दुसरा चांगला पदार्थ नाही, तसा तिच्याइतका वाईट पदार्थही नाही."

इसापचे हे उत्तर किती मार्मिक नि मर्मभेदक आहे! जी जीभ प्रणयाचे मधुर बोल बोलते, तीच कलहाचे कटू शब्द काढते. जीभ जशी मैत्री जोडते, तशी तीच मैत्री तोडते. ख्रिस्ताने आपले विधायक तत्त्वज्ञान जिव्हेच्या साहाय्यानेच लोकांच्या गळी उतरविले आणि आज हिटलरही तिचा उपयोग करूनच आपल्या विध्वंसक तत्त्वज्ञानाचा जगात प्रसार करू पाहत आहे.

कल्पकता आणि मार्मिकता यांच्या जोडीने रूपककथेमध्ये रंग भरणारा गुण म्हणजे सूचकता! तत्कालीन लोकांचे अज्ञान लक्षात घेऊन इसापने प्रत्येक गोष्टीच्या शेवटी तात्पर्य सांगण्याची पद्धत स्वीकारली. ही पद्धत सूचकतेला अत्यंत मारक

आहे. आजचा अगदी सामान्य रूपककथाकार स्वप्नातसुद्धा तिचा अवलंब करणार नाही. पण तात्पर्य डोळ्यांआड करून इसापच्या गोष्टी वाचू लागले, की त्याचे सूचकतेचे सामर्थ्य सहज लक्षात येते. त्याची 'मनुष्य आणि सिंह' ही अगदी साधी गोष्ट घ्या. हा पंचवीसशे वर्षांपूर्वीचा नुसता चमत्कृतिपूर्ण कल्पनाविलास नाही. आजच्या आपल्या भोवतालच्या स्वार्थी जगाचे प्रतिबिंबसुद्धा त्याच्यात स्पष्ट पडले आहे. या गोष्टीत मनुष्य सिंहापेक्षा श्रेष्ठ आहे, हे सिद्ध करण्याकरता सिंहावर स्वार झालेल्या माणसाचे चित्र एक माणूस सिंहाला दाखवितो. सिंह लगेच उत्तरतो,

'ज्यानं हे चित्र काढलं, तो मनुष्य होता. हे चित्र जर सिंहानं काढलं असतं, तर माणसाच्या छातीवर बसून सिंह त्याला फाडीत आहे, असाच देखावा त्यानं दाखविला असता!'

इसवी सनापूर्वीच्या इसापनीतीतल्या सिंहाचे हे उद्‌गार आजसुद्धा आपल्याला ऐकू येत आहेत. सुधारणेच्या कळसावर चढलेल्या या विसाव्या शतकातल्या हरतऱ्हेच्या गुलामांच्या अंत:करणात जे कढ उठत आहेत, ते या उद्‌गारांचेच प्रतिध्वनी आहेत. साम्राज्यशाहीच्या सावटात खुरटलेली स्वातंत्र्यवादी राष्ट्रे, वरिष्ठ वर्गांच्या दास्यात दडपले गेलेले दुर्दैवी दलित समाज, भांडवलशाहीच्या राक्षसी नृत्यात चिरडले जाणारे दीन निर्धन लोक, या सर्वांच्या अंतरंगात एकच आक्रोश नेहमी घुमत असतो :

'मनुष्यानं निर्माण केलेल्या चित्रात सिंहाची आयाळ धरून त्याच्यावर लीलेनं बसणारा माणूस दाखविलेला असतो, पण ज्या दिवशी ते चित्र काढायचं काम सिंहाकडे येईल, त्या दिवशी माणसाच्या छातीवर बसून सिंह त्याला फाडीत आहे, असाच देखावा जगाला दिसेल.'

कल्पकता, मार्मिकता व सूचकता ही रूपककथेची मुख्य अंगे इसापच्या कथेत कशी आढळून येतात, हे आतापर्यंत आपण पाहिले. या गुणांच्या संगमातून निर्माण होणारी कृती सुंदर व्हावी, हे स्वाभाविकच आहे. पण सुंदर आणि अमर यात पुष्कळच अंतर असते. प्रतिभेच्या विशालतेवाचून, तिच्या अंगी सर्वस्पर्शित्वाची शक्ती असल्यावाचून कलाकार अमर कृती निर्माण करू शकत नाही.

हा विशालतेचा गुणही इसापच्या चिमुकल्या कथांत आढळतो. दवबिंदूत आकाश दिसावे, त्याप्रमाणे त्याच्या छोट्या छोट्या रूपककथांत मानवी जीवनाच्या विविध स्वरूपांची स्पष्ट प्रतिबिंबे पडली आहेत. 'दोन बायकांचा दादला' ही काही तरुण बायकोने पांढरे केस आणि प्रौढ पत्नीने काळे केस उपटून टाकल्यामुळे टक्कल पडलेल्या माणसाची निव्वळ विनोदी गोष्ट नाही! परस्परविरोधी ध्येयांच्या आहारी जाऊन अगतिक झालेल्या मनाचेसुद्धा चित्र आहे ते! 'नकल्या आणि

शेतकरी' या गोष्टीत डुकराच्या केकाटण्याची नक्कल करणाराचे लोक कौतुक करतात; पण घोंगडीत डुकराचे पोर लपवून आणि त्याला चिमटे काढून ओरडायला लावणाऱ्या शेतकऱ्याचा मात्र ते कलाहीन म्हणून उपहास करतात! खरे डुक्कर ओरडत असताना ते उद्गारतात,

'छी! नकल्यानं डुकराचा हुबेहूब शब्द काढून दाखविला! त्याच्या निम्म्यानंसुद्धा तुला तो काढता आला नाही!'

धर्म, राजकारण, कला, साहित्य इत्यादी क्षेत्रांत अस्सलापेक्षा नकलेचेच स्तोम कसे माजते, याचे इसापने केलेले हे चित्रण असत्य आहे, असे कोण म्हणेल?

इसापची ही कथापद्धती पंचवीसशे वर्षांपूर्वी अडाणी समाजाला आवडली असेल. तथापि, आजच्या पुढारलेल्या जगाला ती जुनाट वाटल्याशिवाय राहणार नाही, अशी शंका अनेकांच्या मनात येऊन जाते. पण सुंदर रूपककथेतली कल्पनेची चमत्कृती सहसा विटत नाही आणि तिची जीवनावर विदारक प्रकाश टाकण्याची शक्ती कधीही कमी होत नाही, या गोष्टीकडे असल्या आक्षेपकांचे बहुधा दुर्लक्ष होते. आधुनिक काळात कथाविषयांचा विलक्षण विस्तार झाला असला आणि कथाक्षेत्रात अनेक प्रतिभावंत कलाकारांचा विविध विलास पाहायला मिळत असला, तरी मोठमोठे लेखकसुद्धा रूपककथेच्या द्वाराने आपले मनोगत प्रकट करताना आढळतातच. जगाच्या वाङ्मयातली लांबीच्या दृष्टीने अगदी छोटी; पण परिणामाच्या दृष्टीने फार मोठी अशी गोष्ट सोलोगब या आधुनिक रशियन लेखकाची असून, ती रूपककथाच आहे. तिचे नाव 'समता'.

गोष्ट फक्त एवढी आहे :

एका मोठ्या माशाने एका चिमुकल्या माशाला गाठले आणि त्याला गिळण्याकरिता आपले तोंड उघडले.

लहान मासा किंचाळला,

'हा अन्याय होतोय! मलाही जगण्याचा हक्क आहे. कायद्याच्या दृष्टीनं सारे मासे सारखे आहेत!'

मोठ्या माशाने शांतपणाने उत्तर दिले,

'कायद्याची वायफळ बडबड कशाला हवी? मी तुला गिळू नये, अशी तुझी इच्छा आहे ना? ठीक आहे! मग तूच मला गिळून टाक, म्हणजे झालं. गीळ- गीळ- असा घाबरू नकोस, बेट्या! मी काही तुझ्यावर एकदम तुटून पडणार नाही.'

लहानग्या माशाने धीर करून आपले तोंड उघडले आणि मोठ्या माशाला गिळण्याचा खूप प्रयत्न केला.

शेवटी सुस्कारा सोडून हताशपणाने तो म्हणाला,

'तुझंच म्हणणं खरं आहे, बाबा! टाक मला गिळून!'

ही गोष्ट वाचायला पुरी दोन मिनिटेसुद्धा लागत नाहीत. पण वाचल्यानंतर दोन वर्षांनीसुद्धा तिची विस्मृती होत नाही. सुंदर व सूचक गाण्याचे सूर जसे कानांत घुमत राहतात, त्याप्रमाणे या चिमुकल्या कथेने सूचित केलेले विशाल सत्य आपल्या मनात एकसारखे घोळत असते. जगात समर्थांकडून दुबळ्यांवर आणि संपन्नांकडून निर्धनांवर पदोपदी होणारे अन्याय या कथेत किती परिणामकारक रीतीने चित्रित केले आहेत!

रवींद्रांची 'Gift' ही रूपककथाही अशीच अविस्मरणीय आहे. या गोष्टीतला राजा रस्त्याच्या कडेला उभ्या असलेल्या भिकाऱ्यापाशी आपला रथ थांबवतो व त्याच्याजवळ भिक्षा मागतो. भिकारी मोठ्या नाखुशीने झोळीतले चार दाणे राजाला देतो. राजा निघून जातो. भिकारी आपल्या झोपडीत येऊन झोळीतले धान्य जमिनीवर ओतून पाहतो. तो एकदम चकित होतो. त्याने राजाला जेवढे दाणे दिलेले असतात, तेवढेच सुवर्णकण त्या धान्यात त्याला दिसतात. तो पश्चात्तापाने स्वत:शीच म्हणतो :

'झोळीतलं सारं धान्य मी राजाला दिलं असतं, तर किती बरं झालं असतं!'

त्यागापासून पराङ्मुख होणाऱ्या आणि जीवनातल्या उदात्ततेकडे पाठ फिरवून स्वार्थात रममाण होणाऱ्या माणसांची अंत:करणे आयुष्याच्या शेवटी या भिकाऱ्याप्रमाणेच हळहळत असतील नाही का?

शिवराम महादेव परांजप्यांच्या रूपककथा कलेच्या आणि सूचकतेच्या दृष्टीने प्रमाणबद्ध व तंत्रशुद्ध नसल्या, तरी पारतंत्र्यात पिचणाऱ्या माणसाचे तडफडणारे मन त्यांनी अनेक ठिकाणी मूर्तिमंत उभे केले आहे. 'आम्रवृक्ष' या गोष्टीतल्या नायकाला गरिबीमुळे आपले गाव, आपले शेत व त्या शेताजवळचा आपला प्रिय आम्रवृक्ष सोडून मुंबईला गिरणीत नोकरी धरावी लागते. आता दुसऱ्याचे झालेले; पण पूर्वी आपले असलेले शेत पाहण्याकरिता तो आपल्या गावी एकदा थंडीच्या दिवसांत परत येतो. शेताकडे जाणे त्याच्या जिवावर येते. म्हणून तो आपल्या आवडत्या आम्रवृक्षाकडे जातो. पण त्या झाडाची सारी पाने गळून गेलेली, त्याच्यावरले सारे गाणारे पक्षी उडून गेलेले, त्याच्या तळाशी भलेमोठे वारूळ वाढलेले, असा देखावा त्याच्या दृष्टीला पडतो. त्याच्या मनात येते,

'या वृक्षाच्या पानांप्रमाणे माझ्या देशाचेही सर्व चांगले गुण झडून गेलेले आहेत. माझ्या देशात पूर्वी जे शहाणे, शूर आणि गुणी लोक होते, ते या वृक्षावरील पक्ष्यांप्रमाणे आता कुणीकडे उडून गेले आहेत, कोण जाणे! या वृक्षाची उरलीसुरली पाने ज्याप्रमाणे दहिवराचे थेंब खाली टाकीत आहेत, त्याप्रमाणे माझ्या देशातील

लोक कोणी अन्नासाठी, तर कोणी वस्त्रासाठी अश्रू ढाळीत आहेत! या वृक्षाप्रमाणे माझ्या देशाच्याही फांद्या आपला भात शिजविण्यासाठी कोणी तोडून नेल्या आहेत.'

पुढे तीन महिन्यांनी तो मजूर मुंबईहून पुन्हा एका कामासाठी आपल्या गावी येतो व त्या आंब्याच्या झाडाकडे जातो. पाहतो, तो तो आम्रवृक्ष फळांनी भरून गेलेला आहे आणि त्याच्या पर्णराजीत लपून बसलेल्या कोकिळेच्या कुहुकुहु या मधुर स्वराने सारे रान आनंदित झाले आहे. तो त्या वृक्षाला उद्देशून म्हणतो,

'हे आम्रवृक्षा, तुझा वसंत ऋतू इतक्या लवकर आला. पण माझ्या देशाचा वसंत ऋतू कधी येणार? तुझ्याप्रमाणे माझ्या या हतभागी देशाला मोहोर आणि फळे केव्हा येतील? तुझ्या या मोहोराचा सुगंध जसा चोहोंकडे पसरला आहे, तशी माझ्या देशाची कीर्ती कधी पसरेल? तुझ्या अंगावर खेळणारी विषारी जनावरे आणि घुबडे जशी निघून गेली, तशी ती माझ्या देशातून जाऊन येथे आम्हाला मंजूळ पक्ष्यांचे सुस्वर ध्वनी ऐकण्याचे सुखाचे दिवस कधीतरी येतील काय? हिवाळ्याच्या मागून वसंत ऋतू येतो, हा नियम फक्त झाडांकरताच आहे किंवा माझ्यासारख्यांच्या हतभागी देशांनाही तो लागू पडतो, हे तू सांगू शकशील काय?'

१८९८ ते १९०८ या राजकीय दडपशाहीच्या दशकातसुद्धा महाराष्ट्रात स्वातंत्र्यलालसेची ज्योत नुसती तेवतच राहिली नाही, उलट ती अधिकाधिक प्रज्वलित होत गेली. याचे बरेचसे श्रेय असल्या रूपककथा लीलेने लिहिणाऱ्या परांजप्यांच्या लेखणीलाच दिले पाहिजे.

कथेचा हा अत्यंत प्राचीन प्रकार आधुनिक काळातही किती रोचक आणि रमणीय होऊ शकतो, हे दाखविण्याकरता तीन भिन्न मनोवृत्तींच्या प्रतिभावंतांनी लिहिलेल्या तीन कथांचा वर निर्देश केला. पण रूपककथेचा आधुनिक सर्वांगसुंदर विलास पाहायचा असेल, तर खलील जिब्रानच्या गोष्टीच वाचल्या पाहिजेत. ओसाड बेटावर बरोबर न्यायच्या दहा पुस्तकांत इसापनीती असलीच पाहिजे, असे जरी मला वाटत असले, तरी इसाप की जिब्रान, असा पेच पडला, तर मी जिब्रानचीच निवड करीन. जिब्रानच्या बहुतेक रूपककथांत कल्पकता, सूचकता, मार्मिकता आणि विशालता यांच्यापैकी दोन-तीन गुणांचा तरी सुंदर संगम साधलेला असतो. त्याच्या रूपककथेला एकच उपमा शोभेल-विजेची! बिजली क्षणभरच चमकते; पण त्या एका उज्ज्वल क्षणात ती सारा विश्वकटाह प्रकाशित करू शकते. जिब्रानच्या गोष्टीही अशाच आहेत. गोष्ट अवघी पान-दीडपानाची असते; पण ती वाचून झाल्यावर आपण अनुभूतीच्या नव्या क्षेत्रात आलो आहो, असा भास होतो. उदाहरणार्थ, Sleep Walkers ही त्याची गोष्ट पाहा.

एक आई व तिची मुलगी यांची कथा आहे ही.

अपरात्री दोघीही झोपेत चालत घराबाहेरच्या बागेत येतात. या भ्रमंतीतच त्यांची गाठ पडते. मुलगी दिसताच आई चवताळून म्हणते,

'चल जा. आपलं तोंड काळं कर. मर! माझ्या सौंदर्याचा आणि तारुण्याचा सत्यनाश करणारी राक्षशीण आहेस तू!'

मुलगीही तितक्याच त्वेषाने उद्गारते,

'आणि तू? तूसुद्धा माझी वैरीण आहेस. तुझे सारे दुर्गुण मला चिकटलेत— अगदी माझ्या रक्तात भिनले आहेत. चल जा. आपलं तोंड काळं कर! मर! राक्षशीण कुठली!'

इतक्यात कोंबडा आरवतो. दोघीही जाग्या होतात. मुलगी आईला ओळखून 'आई, आई' म्हणत प्रेमाने तिला मिठी मारते! आईही 'माझी बाळ ती' म्हणून वात्सल्याने तिला पोटाशी धरते!

मानवी मनाचे परस्परविरोधी पैलू इतक्या परिणामकारक रीतीने दहा-वीस पृष्ठांच्या सामाजिक कथेतसुद्धा क्वचितच चित्रित झाले असतील!

जिब्रानचे 'Madman' हे पुस्तक मी १९३८ साली वाचले. रूपककथा लिहायला लागायच्या आधी ते माझ्या हातांत पडले असते, तर माझ्या कथांना कदाचित निराळेच वळण मिळाले असते. पण 'सागरा, अगस्ति आला' ही माझी पहिली रूपककथा मी १९३१ साली लिहिली. १९३० मध्ये गांधीजींनी कायदेभंगाची मोहीम सुरू केली आणि तिच्या लाटा दक्षिण कोकणाच्या कोपऱ्यात असलेल्या शिरोड्याच्या मिठागरापर्यंत येऊन थाडथाड आपटू लागल्या. त्या लाटांचे ध्वनि-प्रतिध्वनी माझ्या कानांत घुमावेत, हे स्वाभाविकच होते. 'दोन टोके' या गोष्टीत आणि 'उल्के'त मी त्यावेळच्या अनुभवाचा उपयोग केलाच आहे. पण केवळ सामाजिक कथांच्या रूपाने त्या क्षुब्ध काळातली भव्यता आणि रम्यता व्यक्त करता येईल, असे मला वाटेना. कविता करायचा नाद जवळजवळ सुटला असूनही त्या वादळी वर्षात 'सहगमन' ही कविता जशी मला सुचली, तशी एके दिवशी संध्याकाळी समुद्रावरून फिरून आल्यावर अस्वस्थ मनाचा एक चाळा म्हणून 'सागरा, अगस्ति आला' ही रूपककथा मी भराभर लिहून काढली.

त्यावेळपर्यंतच्या माझ्या गोष्टींपेक्षा ही कथा अगदीच निराळ्या पद्धतीची होती. पण ती वाचकांना आवडली. तथापि, रूपककथांच्या लेखनाकडे हौसेने लक्ष द्यावे, असे काही मला त्यावेळी वाटले नाही. 'यशवंत' व 'रत्नाकर' यांच्याकरता मी त्यावेळी नेहमी गोष्टी लिहीत असे. पण 'सागरा, अगस्ति आला' ही कथा लिहून झाल्यानंतर पुढच्या सबंध वर्षात माझी एकसुद्धा रूपककथा प्रकाशित झाली नाही.

१९३२ सालचा जून महिना होता तो. मी नेहमीप्रमाणे मळ्यातून शाळेकडे जात होतो. शेतकऱ्यांनी आपापले छोटे कुणगे नांगरून नुकतेच भात पेरले होते. एका कुणग्यात खूप कबुतरे मोठ्या मजेत बसलेली दिसली. मी थांबलो आणि त्यांच्या डौलदार हालचाली तन्मयतेने पाहू लागलो. थोड्या वेळाने माझ्या लक्षात आले - बी म्हणून शेतकऱ्यांनी पेरलेल्या भाताचा ती कबुतरे फन्ना उडवीत होती! मला वाटले, माझ्या जागी या कुणग्यात शेती करणारा मनुष्य असता, तर कबुतरांचा दुधासारखा पांढराशुभ्र रंग अवलोकन करण्यात किंवा नर्तिकेप्रमाणे मनोहर दिसणाऱ्या त्यांच्या आकर्षक हालचाली पाहण्यात तो तन्मय होऊन गेला असता का? छे! त्याने एकदम आरडाओरडा करून त्या पाखरांना कुणग्यातून हुसकून लावले असते!

'सुंदर चित्र' या कथेचा जन्म असा झाला. त्याच वेळी 'दोन ध्रुव' कादंबरीचे कथानक माझ्या मनात घोळू लागले होते. तिच्यात या किंवा अशाच प्रकारच्या छोट्या कथांचा तत्त्वप्रतिपादनाला किंवा स्वभावदर्शनाला उपयोग करून घेता येईल, अशी कल्पनाही माझ्या मनात येऊन गेली.

पण 'सुंदर चित्र' लिहिल्यानंतरसुद्धा मी चटकन रूपककथेकडे वळलो नाही. चार-पाच महिने असेच गेले. 'यशवंत'करता नेहमीप्रमाणे मला एक गोष्ट लिहायची होती. स्वार्थामुळे मनुष्य कसा अंध होतो व परार्थाची हानी करता करता तो स्वार्थच कसा गमावून बसतो, हे त्या सामाजिक गोष्टीत मी दाखविणार होतो. कथाविषयाचा प्रस्ताव एका स्वप्नाने करायचे मी ठरविले. पण ते स्वप्न कुठले असावे, हे मात्र मला सुचेना. त्या दिवशी रात्री अंगणात शतपावली करता करता मी त्या त्या स्वप्नाचा विचार करीत होतो. चांदण्याचे दिवस होते. मधूनच स्वच्छ चांदणे पडे. जणूकाही चंद्र आनंदाने हसत होता! मधूनच ते एकदम अंधूक होई. लहान मुले हसता हसता रडतात ना? तसा भास होई तेव्हा. मी चंद्राचा तो अभिनय पाहण्यात रंगून गेलो. एकदम माझ्या तंद्रीचा भंग झाला. कुठेतरी एक पाखरू मोठ्या कर्कश स्वराने ओरडले होते. त्या पाखराचे नाव मला ठाऊक नव्हते. पण चंद्राकडे पाहत असल्यामुळे, की काय, मला एकदम संस्कृत काव्यात वाचलेल्या चकोराची आठवण झाली. मनात आले, चकोर नावाचा पक्षी तर खरोखर आता इथे अस्तित्वात असता, तर चंद्राला झाकून टाकणाऱ्या काळ्या ढगांवर आताच्या पाखरापेक्षाही अधिक कर्कश स्वराने तो ओरडला असता!

कळीप्रमाणे कल्पनाही फुलायला लागली, म्हणजे हा हा म्हणता फुलते, लगेच माझ्या मनात आले, चकोराला हा ढग नको असेल! पण चकोराप्रमाणे संस्कृत कवींचा आवडता असलेला चातकही या वेळी इथे असता, तर त्याला हे

दृश्य पाहून काय वाटले असते? त्याने त्याच ढगाचे मोठ्या आनंदाने स्वागत केले असते! नाही?

'चकोर व चातक' ही रूपककथा अशा रीतीने निर्माण झाली. एका सामाजिक गोष्टीतले सूचक स्वप्न म्हणून मी तिचा प्रथम उपयोग केला. पण ती गोष्ट प्रकाशित झाल्यावर मला आरंभीचे स्वप्नच पुढील भागापेक्षा अधिक परिणामकारक वाटले. त्यावेळी हिंदुमहासभा आणि मुस्लीम लीग यांची आजच्यासारखी घनचक्कर नव्हती किंवा जग अधिक सुखी व्हावे, म्हणून गर्जना करीत मोठमोठ्या राष्ट्रांनी सुरू केलेले आजचे अक्राळविक्राळ महायुद्धही नव्हते! पण 'चकोर व चातक' ही गोष्ट लिहिताना जी दृश्ये माझ्या डोळ्यांपुढे नव्हती, त्यांची चित्रं ती गोष्ट आज पुन्हा वाचताना मला दिसू लागतात. त्या गोष्टीचा आत्मा एवढाच आहे :

एक पक्षी कृष्णमेघाकडे उत्कंठेने पाहत ओरडत होता! अगदी स्पष्ट शब्द ऐकू आले,

'ये, ये, मेघमाले, ये!'

इतक्यात दुसऱ्या दिशेने शब्द आले,

'चूप बैस, चातका! ये, ये, चंद्रिके, ये!'

'अरे, जा रे चकोऱ्या- ये, ये, मेघमाले, ये!' पहिला पक्षी ओरडला.

निर्दय नजरेने एकमेकांकडे पाहत ते दोन पक्षी पुन:पुन्हा ओरडू लागले :

'ये, ये, मेघमाले, ये!'

'ये, ये, चंद्रिके, ये!'

कंठ सुकेपर्यंत ते ओरडले; पण जलबिंदू आणि चांदणे ही दोन्ही आकाशातच राहिली.

भांडता भांडता ते एकमेकांवर तुटून पडले. डोळ्यांचे पाते लवते न लवते, तोच दोघांच्याही अंगांतून रक्त वाहू लागले.

आणि शेवटी—

त्या दोन पक्ष्यांच्या प्रेतांवरील जलबिंदूंवर चांदणे चमकू लागले!

चिमुकल्या रूपककथेतसुद्धा सौंदर्य व सामर्थ्य यांचा संगम साधणे अशक्य नाही, याची 'चकोर व चातक' लिहिल्यावर मला पूर्णपणे कल्पना आली. तेव्हापासून आतापर्यंत मी जवळजवळ चाळीस रूपककथा लिहिल्या असतील. निरनिराळ्या दृष्टीने वाचनीय वाटणाऱ्या त्यातल्या काही कथांचा हा संग्रह रसिकांना मी आज सादर करीत आहे. या साऱ्याच कथा अगदी माझ्या मनासारख्या उतरल्या आहेत, असे नाही. मूळ कल्पना आकर्षक असली, तरी तिचे सुंदर रूपककथेत रूपांतर

करणे हे काम सकृद्दर्शनी दिसते, तितके सोपे नाही. हस्तिदंताचा छोटा ताजमहाल करायला काही कमी कौशल्य लागते का? नाट्यछटा, व्यक्तिचित्र, लघुनिबंध यांच्यासारखाच रूपककथा हा आकाराने लहान, पण रंगत साधायला अवघड असा वाङ्मयप्रकार आहे. नाटक-नाटिकांच्या जोडीने नाट्यछटा, लहान-मोठ्या चरित्रांच्या बरोबरीने व्यक्तिचित्रे आणि पांडित्यपूर्ण प्रबंध-निबंधाच्या खांद्याला खांदा लावून लघुनिबंध साहित्याच्या सौंदर्यात आणि सामर्थ्यात आज भर घालीत आहेत. कथाक्षेत्रात गोष्टी आणि लघुकथा यांच्याप्रमाणे रूपककथाही अशाच चमकतील.

शिवाय रूपककथांच्या निर्मितीला पारतंत्र्यातले आणि संक्रमणकालातले आपले सध्याचे जीवनही पोषक आहे. पुराणातले समुद्रमंथन काल्पनिक असेल, पण त्या मंथनाने अमृतापासून हलाहलापर्यंत अनेक बऱ्यावाईट वस्तू निघण्याइतका समुद्र जसा ढवळून काढला, त्याप्रमाणे सामाजिक व्यवहार काय किंवा व्यक्तीचे मन काय, आजच्या महायुद्धामुळे तळापासून ढवळून निघत आहे.

जळत्या जहाजावरल्या एका कप्तानाचे केस एका रात्रीत पांढरे झाल्याची गोष्ट अनेकांनी वाचली असेल. चालू महायुद्धाने जगाला जळत्या जहाजाचे भयाण स्वरूप आणले असल्यामुळे आजच्या मानवतेचीही तीच स्थिती झाली आहे. ज्या आकाशातून फक्त जीवन देणारा पर्जन्य पाहायचा, तिथून आज बाँबगोळ्यांची वृष्टी होत आहे. ज्यांनी भाऊ भाऊ म्हणून मिठ्या मारायच्या, ते आज एकमेकांचे गळे कापत आहेत. ज्या बुद्धीचा मानवतेचे मंगल मंदिर बांधण्यात उपयोग व्हायचा, ती आज अस्तित्वात असलेल्या जुन्यापुराण्या अर्धवट मंदिराला सुरुंग लावण्यात दंग होऊन गेली आहे!

'मरण हा प्राणिमात्राचा स्वभावधर्म आहे.' हे अजराजाच्या सांत्वनाकरता कालिदासाने कल्पिलेले उद्गार आजच्या जगात, अगदी आपल्या देशातसुद्धा अक्षरश: खरे ठरत आहेत. एक वर्तमानपत्र उघडावे, तर सहा दिवसांत अन्नाचा कण पोटात न गेल्यामुळे मरणोन्मुख झालेल्या बाईचे चित्र दृष्टीला पडते. दुसरे उघडून पाहावे, तर उपाशी पोरांची तडफड पाहवेना, म्हणून त्यांच्यासकट विहिरीत उडी घेणाऱ्या आईची बातमी वाचायला मिळते! 'सुजला सुफला' म्हणून जगात गाजलेल्या या भरतभूमीत आज कोट्यवधी लोक दुपारची वेळ कशी निभवावी, याचा विचार करता करता हतबुद्ध होऊन जात आहेत. ब्रह्मर्षिपदाला पोहोचलेल्या विश्वामित्राने एका दुष्काळात चांभाराच्या घरात चोरून प्रवेश करून मरून पडलेल्या कुत्र्याची तंगडी खाल्ली, ही कथा केवळ कविकल्पना नाही, असे वाटण्याजोगी परिस्थिती उत्पन्न होत आहे. या साऱ्या दु:खाचे आणि त्याला नाहक बळी पडाव्या लागणाऱ्या निष्पाप सामान्य मनुष्याच्या मुक्या यातनांचे वर्णन करणाऱ्या रूपककथा इतर गोष्टीपेक्षा काय कमी लोकप्रिय होतील?

आपल्या राजकीय जीवनाइतकेच सामाजिक जीवनही अनेक समस्यांनी आणि

कूटप्रश्नांनी भरले आहे. मोठमोठी सुशिक्षित माणसे 'जातिभेद नको, जातिभेद नको' म्हणून आक्रोश करीत असतानाही नकळत अंध जातिप्रेमाला बळी पडत आहेत. सुखासीनपणाने समाजवादाच्या गप्पा मारणारे मध्यमवर्गातले लोक खालच्या वर्गाच्या लोकांकडून मोलाने काम करून घेताना आपले तत्त्वज्ञान अगदी सोईस्करपणाने विसरत आहेत. शिकलेसवरलेले स्त्रीपुरुष अडाणी माणसांप्रमाणे शेजाऱ्यापाजाऱ्यांचे निंदक होण्यात दंग होत आहेत. हुशार कलाकार कलेच्या उपासनेत रमून जाण्याऐवजी अहंकाराच्या कैफातच गुंग होऊन पडत आहेत. एक ना दोन, असली हजारो शल्ये आजच्या समाजपुरुषाच्या अंतरंगात सलत आहेत. त्यांच्यावर लिहिलेल्या रूपककथा लोकांना आवडणार नाहीत, असे कोण म्हणेल?

—आणि व्यक्तिजीवनातली व व्यक्तीच्या मनातली विचित्र गुंतागुंत चित्रित करण्याच्या कामी तर लेखकाला रूपककथा हे अप्रतिम साधन वाटेल. उदाहरणार्थ, यांत्रिक पद्धतीने जीवन कंठायचा मनुष्याला किती कंटाळा येतो आणि आपल्या प्रिय माणसाच्या सहवासासाठी तो किती आसुसलेला असतो, हे सूचित करणारी ही एक अगदी छोटी रूपककथा पाहा :

'साऱ्या राजवाड्यात धावपळ सुरू झाली. छोटे युवराज रडू लागले होते.

दाईने सोन्याचा खुळखुळा पुन:पुन्हा वाजविला.

हुजऱ्याने पाळण्याच्या वर टांगलेल्या सुंदर सुंदर चिमण्या भुर्रकन उडविल्या.

पण युवराजांचे रडे काही केल्या थांबेना!

कुणीतरी म्हणाले,

'लहान मुलांना गाणं फार आवडतं!'

लगेच ग्रामोफोन गाऊ लागला. पोवाडे, भजने, लावण्या- साऱ्यांचा उद्धार झाला!

पण युवराजांचे रडे काही केल्या थांबेना.

कुणालातरी शंका आली— युवराज पुढे मोठेपणी विलायतेला शिक्षणाकरता जाणार! तेव्हा त्यांना हिंदुस्थानी संगीत न आवडणे स्वाभाविकच आहे. धावत जाऊन त्याने रेडिओ सुरू केला. इंग्लिश गाण्याचे सूर पाळण्याभोवती घुमू लागले.

सर्वांच्या मुद्रा सचिंत झाल्या. काय करावे, हे कुणालाच सुचेना.

पलीकडल्या महालात राणी गाढ झोपली होती. आपल्या बाळाचा आक्रोश ऐकून ती दचकून जागी झाली. धावत येऊन पाळण्यातून तिने त्याला झटकन उचलले, त्याचे पटापट पापे घेतले आणि त्याला पोटाशी धरून ती एक गाणे म्हणू लागली.

ना सूर, ना ताल, ना अर्थ, असे होते ते गाणे! ग्रामोफोन व रेडिओ यांच्या गोड

सुरांपुढे ते वेडेवाकडे गाणे कुणालाच ऐकवेना.

युवराज मात्र हसत हसत आईच्या गळ्यातल्या मंगळसूत्राशी खेळू लागला!'

रूपककथा आकाराने लहान असते आणि तिची परिणामकारकता अनेकदा सुंदर शेवट साधल्यामुळे उत्पन्न होते, हे खरे असले, तरी लघुतमकथा या नावाने रूढ होणारी छोटी गोष्ट आणि रूपककथा हे कथाप्रकार स्वभावत:च भिन्न आहेत. विस्मयजनक शेवट हा लघुतमकथेचा अत्यंत महत्त्वाचा भाग आहे. अनेकदा ही चमत्कृती म्हणजे नुसती बौद्धिक कसरत असते! पण केवळ बुद्धीच्या कसरतीने किंवा कल्पक कलाटणीमुळे रूपककथा रंगदार होऊ शकत नाही. लघुतमकथा विनोदी गोष्टीप्रमाणे नुसती रंजक असली, म्हणून बिघडत नाही. रूपककथेत मात्र रंजकतेइतकेच विचार आणि भावना यांचे उद्‌बोधनही आवश्यक आहे. थोड्या; परंतु लयबद्ध शब्दांनी वातावरण उत्पन्न करायचे, वेचक; पण चमत्कृतिजनक अशा कल्पनांनी सौंदर्य खुलवायचे आणि हे साधीत असतानाच विचार आणि भावना यांना आवाहन करून खऱ्याखुऱ्या जीवनाचा व जीवनमूल्यांचा साक्षात्कार आपल्या वाचकाला उत्कटतेने घडवून आणायचा, या रूपककथेच्या कार्याचे काव्याशीच फार साम्य आहे. यशवंतांची 'शृंखलेस' किंवा कुसुमाग्रजांची 'अहिनकुल' या कविता रूपककथांच्या वेषातसुद्धा अत्यंत प्रभावी वाटतील, याचे कारण हेच आहे. महाराष्ट्रातल्या प्रतिभासंपन्न कवींनी हे क्षेत्र आपले आहे, याची जाणीव ठेवून या क्षेत्रात पदार्पण केले, तर काव्य, कला आणि प्रचार या तिन्ही दृष्टींनी मराठी साहित्य नि:संशय समृद्ध होईल.

कोल्हापूर **वि. स. खांडेकर**

१७-५-४३

अनुक्रमणिका

पृथ्वी / १
नाटकशाळा / ३
शेजारी / ७
मोत्याचे पीक / ८
घरटे आणि धरणीकंप / १२
सागरा, अगस्ति आला / १४
तीन कलावंत / १७
मृत्युलोकातली मैत्री / १९
सुधारक / २२
वायुकन्या / २३
छोटा दगड / २७
दोन मेघ / ३०
नवी सृष्टी / ३२
स्वप्ने / ३९
दोन चित्रकार / ४१
परीस / ४४
मरणात खरोखर जग जगते / ४७
प्रवासी / ५१
चित्रगुप्ताच्या कचेरीत / ५३
शांतिदेवता / ५६
परमेश्वर / ५९
दोन आवाज / ६०
विकास / ६२
पृथ्वी कशी शांत झाली? / ६६

पृथ्वी

आपण राहतो ती पृथ्वी अगदी क्षुद्र आहे असे मनुष्याला वाटू लागले.

त्याने पर्वताकडे पाहिले. त्याचे ते उंच उंच शिखर! जणूकाही आकाशातल्या चांदण्या गोळा करण्याकरिता पर्वताने वर केलेला हातच!

पृथ्वीकडे तुच्छतेने पाहत मनुष्य पर्वतावर चढू लागला.

खडकांच्या ठेचा लागल्या, पायांत काटे रुतले. पण तो वर वर चढतच होता.

धापा टाकीत त्याने पर्वताचे शिखर गाठले. चढण्यापूर्वी त्याला वाटले होते– पारिजाताची डहाळी हलवून फुले पाडतात, तशा शिखरावरून आकाश हलवून आपण चांदण्या पाडू! पण आता त्याला निराळाच अनुभव आला. आकाश अजूनही पूर्वीइतकेच दूर होते. चांदण्या डोळे मिचकावून त्याला हसत होत्या.

तो भुकेने अगदी व्याकूळ होऊन गेला. ते पर्वताचे शिखर एखाद्या वठून गेलेल्या झाडाप्रमाणे वाटले त्याला!

त्याने समोर पाहिले.

समुद्राच्या लाटा फुगडी खेळणाऱ्या मुलींप्रमाणे दिसत होत्या.

त्याने खाली पाहिले.

ओबडधोबड काळी पृथ्वी एखाद्या फाटक्यातुटक्या कांबळ्याप्रमाणे दिसत होती.

त्याने पुन्हा समोर पाहिले.

समुद्राचा निळसर पृष्ठभाग एखाद्या गालिच्याप्रमाणे भासत होता. त्या गालिच्यावरली ती चिमुकली फुले– तो लाटांचा फेस आहे हे त्याला खरेही वाटेना.

तो धावतच पर्वतावरून खाली आला. पृथ्वीकडे ढुंकूनही न पाहता तो समुद्राच्या दिशेने धावू लागला.

धावता धावता तो मनात म्हणत होता, 'चांदण्या नाहीत तर नाहीत; पण समुद्रातली रत्नं आपल्याला मिळायला काय अडचण आहे?'

तो वाळवंटापाशी आला तेव्हा त्याच्या घशाला कोरड पडली होती.

तहानेने व्याकूळ झालेल्या त्या जीवाने समुद्राच्या पाण्याला तोंड लावले मात्र– ते खारट होऊन गेले!

आल्या पावली तो पृथ्वीकडे परतला.

रस्त्याच्या कडेला एक लहानशी विहीर होती. तिचे पाणी तो प्याला. त्या विहिरीजवळच्याच एका आंब्याच्या झाडाखाली तो बसला. त्या झाडाच्या सावलीने त्याला विलक्षण आनंद झाला. इतक्यात त्या झाडावरून एक पिका आंबा खाली पडला. तो चोखता चोखता त्याच्या मनात आले– आकाशातल्या साऱ्या चांदण्या आणि समुद्रातली सारी रत्ने यांची किंमत या क्षुद्र पृथ्वीच्या एका लहानशा तुकड्याएवढीसुद्धा नाही!

१९४१

■

नाटकशाळा

नंदनिकेतल्या विधुर कवीने 'हृदयदेवतेस' या नावाचे गीत लिहिले. त्याच्या गोड गळ्यातून ते बाहेर पडत असताना चित्रकाराला इतका अवर्णनीय आनंद झाला– त्याच्या कानांवर पडणाऱ्या नादमधुर शब्दांचे क्षणोक्षणी रसमधुर रंगात रूपांतर होऊ लागले. घरी पोहोचताच त्याने 'हृदयदेवता' हे चित्र काढण्याला प्रारंभ केला.

कवीच्या नव्या काव्याची कीर्ती राजापर्यंत पोहोचली. त्याला वाटले, या सुंदर काव्याची स्फूर्तिदेवता आपली नाटकशाळाच आहे असे सिद्ध झाले तर आपली निंदा करणारांचे दात त्यांच्याच घशात जातील.

महाराजांनी कवीला बोलावून आणले व सन्मानपूर्वक आसनावर बसविले. कवीने 'हृदयदेवतेस' हे गीत गाऊन दाखविले.

"काय सुंदर गीत आहे!" महाराज म्हणाले.

कवीने स्मितपूर्वक या स्तुतीचा स्वीकार केला. सूक्ष्म नजरेला या स्मितामध्ये उपहासाची छटा आढळल्यावाचून राहिली नसती.

"हे गीत कसं सुचलं तुम्हाला?"

"माझ्या दिवंगत पत्नीची स्मृती हीच माझी स्फूर्तिदेवता."

"छे!" राजा उद्गारला– "जिवंत काव्य निर्माण व्हायला स्फूर्तिदेवताही सजीवच हवी!"

आडपडद्याने राजा आपल्या चारित्र्यावर शिंतोडे उडवीत आहे असा कवीला भास झाला. तो रागाने उद्गारला, "महाराज, सुंदर नाटकशाळा पदरी बाळगण्याइतका कवी श्रीमंत नसतो."

"आज नसला तर तो उद्या होईल." महाराज महालातील आपल्या नाटकशाळेच्या भव्य तैलचित्राकडे पाहत पुढे म्हणाले, "कविराज, या चित्रावरूनच ही कविता सुचली तुम्हाला!"

कवीने नकारार्थी मान हलविली.

"कविराज, तुम्हाला राजकवी करण्याचा माझा विचार आहे. पण–"

नाटकशाळेच्या चित्राकडे तुच्छतेने पाहत कवी उद्गारला, "पुढचे शब्द

ऐकण्याआधीच इथून निघून गेलेलं बरं!''

कवी तेथून गेला– पण कुठे!

कारागारातील अंधारकोठडीत!

***

कवीला अंधारकोठडीत कोंडल्याची वार्ता चित्रकाराला कळली. त्याचे हृदय कंपित झाले, पण चित्र अर्ध्यावर सोडणे त्याच्या जिवावर आले! उमलू लागलेल्या कलिकेचे फुलणे मधेच थांबेल का? चित्रकाराच्या हृदयात कलेचा आनंद आणि राजाचे भय यांचे द्वंद्वयुद्ध अखंड सुरू होते. पण शेवटी चित्र पुरे झाले. त्याच्या चित्रातील रंग कवीच्या मंजूळ शब्दांचे होते; पण त्यातले रूप त्याच्या प्रियतम पत्नीचे होते!

हे चित्र पाहून शिल्पकार इतका प्रसन्न झाला की, त्याच्या प्रतिभेने त्या चित्राचे अमर पाषाणात रूपांतर करण्याचा निश्चय केला.

'हृदयदेवता' चित्राची कीर्ती राजापर्यंत पोहोचली. चित्रकाराला बोलावणे आले. मागील सर्व प्रश्नांची आवृत्ती झाली. आपल्या चित्राची स्फूर्तिदेवता राजाची नाटकशाळा आहे, हे काही केल्या चित्रकार कबूल करीना. राजवाडा म्हणजे दुसरा तुरुंगच, या वचनाचा प्रत्यय त्याला क्षणार्धात आला!

***

ही वार्ता ऐकताच शिल्पकाराच्या हातातील हातोडी गळून पडली. जन्माचा सत्यनाश करणारी असली मूर्ती करण्यापेक्षा– पण पुढे त्याला विचारच करता येईना. कंठातून बाहेर पडलेली तान ओठांना थांबविता येईल का?

त्याने कलेच्या धुंदीत हातोडी उचलली– त्याचे मन म्हणत होते–

प्रौढ व विधुर कवीने केवढे कलाप्रेम दाखविले! तरुण व विवाहित चित्रकाराने कलेच्या पावित्र्याकरिता हसत अंधारकोठडी पत्करली! मग आपल्यासारख्या तरुण अविवाहित कलावंताने माघार घेणे भ्याडपणाचे ठरणार नाही का?

भावी पत्नीच्या मूर्तीचे चिंतन करीत त्याने पुतळ्याचे काम पूर्ण केले. राजाचे निमंत्रण, उभयतांची प्रश्नोत्तरे आणि कलावंताची अंधारकोठडीकडे रवानगी या तीन अंकी दुःखान्त नाटकाचा पूर्वीप्रमाणेच प्रयोग झाला.

***

नंदनिकेचे तीन सूर्य तीन अंधारकोठड्यांत जाऊन पडले.

आकाशातल्या नक्षत्रांकडे घटकान् घटका उत्कंठित दृष्टीने पाहत बसणारा

कवी! खोलीत लोंबणाऱ्या कोळिष्टकांचे निरीक्षण करण्याचा त्याला कंटाळा आला. सूर्यास्ताच्या विविध रंगांना सरावलेली चित्रकाराची दृष्टी! खोलीतल्या अंधारात पडणाऱ्या लहानशा कवडशाचा तिला राग येऊ लागला. ओबडधोबड दगडांतून सुंदर मूर्ती काढण्याला सरावलेला चित्रकाराचा हात! अंधारकोठडीच्या निर्जीव भिंतीचा स्पर्श होताच तो दचकून मागे होई.

कोठड्यांमधील भिंतींना एकएक झरोका होता. त्या झरोक्यांतून तिघांनीही विचारविनिमय केला. जन्मभर अंधारकोठडीत खितपत पडायचे? छे! मग आपल्या कलेचा उपयोग काय? कस्तूरी कुणी जमिनीत पुरून ठेवतो का? राजा म्हणतो ते कबूल करावे अन्–

***

दरबाराच्या मध्यभागी राजेसाहेब विराजमान झाले होते.

''पूजेच्या वेळी देवता लाजत नसतात.'' राजेसाहेब आपल्या प्रियकरणीकडे पाहून हळूच म्हणाले. पण तिची मान वर झाली नाही. माणसाचा हात दूर झाल्यावाचून लाजाळूच्या झाडाला मोकळेपणा वाटत नाही हेच खरे!

कवी तिच्यापुढे येऊन उभा राहिला व म्हणाला, ''देवी, हृदयदेवतेस या काव्याची स्फूर्ती आपले व महाराजांचे प्रेम पाहूनच मला झाली. मी हे हृदयंगम काव्य आपणाला अर्पण करतो.''

तिची मान अधिकच खाली गेली. जणूकाही ती गळ्यातल्या माळेतील मोत्येच मोजीत होती.

चित्रकार पुढे येऊन म्हणाला, ''देवी, हृदयदेवता चित्र काढण्याची कल्पना मला आपले व महाराजांचे अलौकिक प्रेम पाहूनच सुचली. ते सुंदर चित्र मी आपणाला अर्पण करतो.''

पण नाटकशाळेने दृष्टी काही वर केली नाही. ती शालूची सुंदर किनार पाहण्यात दंग झाली आहे असा प्रेक्षकांना भास झाला.

शिल्पकार पुढे आला व म्हणाला, ''देवी, आपल्या हृदयातील महाराजांविषयीची प्रीती म्हणजेच माझी 'हृदयदेवता' मूर्ती! ती कलाकृती मी आपणाला अर्पण करतो.''

नाटकशाळेची दृष्टी शालूवरून पायांकडे वळली. पायांतील सोन्याच्या साखळ्यांचा तिला अभिमान वाटत असावा.

कवी, चित्रकार व शिल्पकार यांना द्यावयाची पारितोषिके घेऊन खासगी कारभारी पुढे आले. तिघेही कलावंत अभिमानाने सभेकडे पाहू लागले.

नाटकशाळा एकदम उठून उभी राहिली. तिने मान वर करून पाहिले, प्रेक्षकांना

वीज चमकल्याचा भास झाला.

विजेच्या पाठोपाठ पर्जन्याच्या धाराही यायच्याच!

महाराजांनी त्या अश्रूंकडे अभिमानपूर्ण कटाक्ष फेकला. प्रेक्षक कुजबुजले, 'या अलौकिक सन्मानामुळे तिच्या डोळ्यांतून आनंदाश्रू वाहत आहेत.'

अश्रू पुसण्याचा मुळीच प्रयत्न न करता ती नाटकशाळा धीरगंभीर स्वराने म्हणाली, ''महाराजांचं प्रेम माझ्या रूपावर आहे; आणि– आणि माझं प्रेम त्यांच्या वैभवावर आहे!''

कवी, चित्रकार आणि शिल्पकार यांनी एकदम खाली मान घातली. प्रत्येकाचे हृदय म्हणत होते, 'खरी कलावंत हीच आहे!'

१९३३

■

शेजारी

किती सुंदर तळे होते ते! जणूकाही आकाशातील मेघमालिकांनी जाता-येता आपला शृंगार पाहण्याकरिता भव्य सुंदर आरसाच पृथ्वीवर ठेवला होता.

त्या तळ्याच्या काठावर सुंदर झाडीही होती. गोल बिलोरी आरशाची नक्षीदार चौकटच!

तळ्यात मासे आनंदाने नाचत. झाडीत पक्षी उल्हासाने गात.

योगायोगाने एका माशाची आणि एका पाखराची ओळख झाली.

पाखराने विचारले, 'तळ्याच्या आत पोहताना मोठी मौज वाटत असेल नाही?'

अहंकार कुणाला नसतो? माशाने तळ्याच्या आतील चमत्कारांचे वर्णन केले. ते वर्णन संपल्यावर माशाने विचारले, 'आभाळात उडताना मोठी गंमत वाटत असेल नाही?'

पाखराने एखाद्या महाकवीला शोभेल असे वर्णन केले. मासा मनातल्या मनात तळमळू लागला.

लवकरच दोघांची तळ्याच्या काठावर गाठ पडली. मासा पाण्याबाहेर पडत होता. पक्षी पाण्यात उतरत होता.

झाडावर चढून मग आभाळात उडण्याची माशाची महत्त्वाकांक्षा होती.

पण मासा झाडापर्यंतसुद्धा पोहोचला नाही. तळ्याच्या काठावरच तो तडफडत मेला.

आणि पाखरूही तळ्याच्या तळापर्यंत गेले नाही. पाण्यातल्या वेलींच्या जाळ्यात पाय अडकून ते मधल्यामधेच गुदमरून मेले!

त्या दिवशी तळ्याच्या काठावरली पाखरे आपापसांत म्हणत होती, 'या झाडीजवळ तळं आहे हे फार चांगलं आहे हं! असेच अधूनमधून मासे मिळत जातील आपल्याला खायला!'

आणि तळ्यातले मासे म्हणत होते, 'आपल्या तळ्याजवळ झाडी आहे हे फार चांगलं आहे हं! अशीच अधूनमधून पाखरे मिळत जातील आपल्याला खायला!'

१९३८

■

मोत्याचे पीक

पाणबुड्यांनी वरुणदेवतेची प्रार्थना केली, 'देवा, तू मृगाचा पाऊस आणि मघांचा पाऊस भरपूर पाडतोस. मग लांबट मोत्यांप्रमाणे दिसणारे सुंदर भात तयार होते. तू हस्ताचा पाऊसही खूप पाडतोस. मग गोल मोत्यांच्या दाण्याप्रमाणे दिसणारा सुंदर जोंधळा तयार होतो. पण भात काय, जोंधळा काय, सारेच क्षणभंगुर!'

मोत्यांचे पाणी वर्षानुवर्षे टिकते! 'देवा, यंदा नुसत्या स्वातीचा पाऊस पाड. खूप खूप मोती पिकू देत. गोरगरिबांच्या मुलांच्या कानांत डूल झुलू देत. त्यांच्या बायकांच्या हातांत मोत्यांची काकणे फुलू देत. मंदिरांच्या दारादारांवर मोत्यांचे पडदे हलू देत.'

वरुणाच्या पोटात शिरायला पाणबुड्यांना काही कुणी शिकवायला नको?

आणि वरुणदेवतेचे हृदय काय मुद्दाम द्रववावे लागते?

भक्तांची विनंती देवतेने आनंदाने मान्य केली.

***

पावसाळा आला. लोक मृगाची अत्यंत उत्कंठेने वाट पाहत होते. पण मृगाची चाहूल त्यांना कुठेच ऐकू येईना!

मधली सारी नक्षत्रेही कोरडी गेली. लोकांच्या तोंडचेच नव्हे तर पृथ्वीच्या पोटातले पाणीही पळून गेले. तृणांकुरांबरोबर आशांकुरही दग्ध होऊ लागले.

मघा आल्या.

लोकांच्या डोळ्यांत प्राण उभे राहिले.

मघा जशा आल्या, तशा गेल्या.

लोकांच्या डोळ्यांतले प्राण तडफडू लागले.

आशा म्हणाली, 'हस्तात पाऊस पडेलच पडेल. उगीच का हत्तीचा पाऊस म्हणतात त्याला?'

मुसळधार तर नाहीच, पण करंगळीएवढी धारसुद्धा हस्तात पडली नाही. हत्ती दूर राहिला, ससासुद्धा दिसला नाही! लोकांनी व्याकूळ दृष्टीने आभाळाकडे पाहिले.

पण वासरू कितीही हंबरले तरी आटलेली गाय त्याला दूध कुठून देणार?

स्वातीमध्ये मात्र उभ्या वर्षाचा पाऊस कोसळला!

***

समुद्रातले शिंपले हास्यपूर्वक त्या सरीचे स्वागत करीत होते.

सारे पाणबुडेही त्या सरींना 'या या' म्हणत होते.

मात्र शेतकरी रडत होते, व्यापारी कुढत होते, जग भोवळ येऊन पडत होते!

***

पाणबुडे पाण्याबरोबर नाचत आले.

इतके मोत्यांचे शिंपले त्यांना साऱ्या जन्मात मिळाले नव्हते.

श्रमाने आणि आनंदाने ते झोपी गेले. मोती काढण्याचे काम बरोबर आलेले लोक करीतच होते. ते जागे होऊन पाहतात ते समोरून उंच उंच राशी पडलेल्या! एकाला वाटले, भाताची रास असेल ही! दुसऱ्याला वाटले जोंधळ्याची रास असेल ती! त्यांनी आपल्या डोळ्यांवरून हात फिरविला. प्रत्येकाने अंगाला चिमटा घेऊन पाहिला. कुणीही स्वप्नात नव्हता.

त्यांच्यासमोर पसरलेल्या साऱ्या राशी मोत्यांच्या होत्या. त्या राशी पाहून त्यांची तहानभूक हरपून गेली.

***

पण भुकेची जागा ब्रह्मानंदानेही फार वेळ भरून निघत नाही.

थोड्या वेळाने जो तो तळमळू लागला. प्रत्येकाच्या पोटात कावळे ओरडू लागले होते. बरोबर आणलेली शिदोरी केव्हाच संपून गेली होती!

मोत्यांनी भरलेले हारे डोक्यांवर घेऊन ते लोकवस्तीच्या दिशेने धावू लागले.

दुरून एक झोपडी दिसली त्यांना. आता आपल्याला खायला मिळणार म्हणून जो तो जोराने चालू लागला.

***

त्या शेतकऱ्याच्या दारात एक गाय मोठमोठ्याने हंबरडा फोडून एका निश्चेष्ट वासराला चाटीत होती.

घरातली कारभारीण तिच्या मानेवर मान टाकून तिचे सांत्वन करीत होती.

झोपडीच्या दारात ज्यांच्या बरगड्या न् बरगड्या मोजता येतील अशी तीन चिल्लीपिल्ली हा देखावा पाहून भांबावून गेली होती.

पहिल्या पाणबुड्याने विचारले, "काय झालं बाई वासराला?"

"उपासानं मेलं!"

“उपासानं?” एकाने प्रश्न केला.

“चारा खात नव्हतं?” दुसऱ्याने विचारले.

“चारा?” हताशपणाने ती उद्‌गारली! क्षणभर थांबून हुंदके देत ती म्हणाली, “कुठून आणू मी चारा?”

बाई फार गरीब आहे हे उघडच दिसत होते. आपल्या हाऱ्यातली मूठभर मोत्ये हातांत घेऊन त्या पाणबुड्यांचा पुढारी पुढे झाला. तिच्याजवळ जाऊन मूठ उघडीत तो म्हणाला, “साधा चारा कशाला हवा? हा मोत्यांचा चारा घे!”

ती मोत्ये पाहून बाईला मोह पडला. मरून पडलेल्या वासराला ती विसरली. गाईच्या डोळ्यांतून वाहणारे पाणी त्या मोत्यांच्या पाण्यापुढे तिला काही केल्या दिसेना.

ती मोत्ये घेण्याकरिता तिने हात पसरला. इतक्यात तो पाणबुड्या म्हणाला, “आम्हाला काय देणार तू?”

त्या सर्वांच्या डोळ्यांत कसलीतरी विलक्षण अतृप्ती थैमान घालत होती!

तिला भलतीच शंका आली. ती रागाने ओरडली, “चालते व्हा इथनं”.

पाणबुड्यांच्या त्या पुढाऱ्याला आपली चूक कळून आली. तिच्यापुढे मोती करीत तो म्हणाला, “आम्ही सारे भाऊ आहोत तुझे. भाऊबिजेची ओवाळणी म्हणून तुला हे मोती आम्ही देणार आहोत!”

तिने त्या मोत्यांना भीतभीत हात लावला. त्यातले चारपाच ती उचलून घेणार इतक्यात तो पुढारी म्हणाला, “भावाला जेवायला वाढल्यावाचून बहिणीला ओवाळणी मिळत नाही!”

ती दचकून मागे झाली. एखाद्या वेड्या माणसाप्रमाणे शून्य दृष्टीने पाहत ती किंचाळली, “चला, चालते व्हा इथनं! एकच भाकरी आहे माझ्या घरात. माझ्या पोरांना हवी ती!”

***

पाणबुडे तिथून निघाले. ते गावात आले, घरोघर फिरले. पण मूठ मूठभर मोती घेऊनसुद्धा भाकरी देणारा मनुष्य त्यांना भेटला नाही!

सर्वत्र एकच देखावा दिसत होता.

अस्थिपंजर झालेली माणसे!

आणि भुकेने व्याकूळ झालेले त्या माणसांचे निस्तेज डोळे!

झोपडीत, घरात, मंदिरात सुखाच्या सर्व वस्तू होत्या. फक्त एकच गोष्ट नव्हती– अन्न!

चालून चालून पाणबुड्यांचे पाय गळून गेले होते. तोंड फुलून आले होते.

डोक्यावरल्या मोत्यांचे ओझेही असह्य झाले होते त्यांना आता!

***

एका देवळात देवापुढे हात जोडून बसलेल्या संन्याशाला त्यांनी विचारले, "जगातलं सारं अन्न गेलं कुठे?"

"अन्न आलंच नाही, मग जाणार कुठे?"

"आलंच नाही?"

"येणार कुठून? मृगाचा पाऊस नाही, मघाचा पाऊस नाही, हस्ताचा पाऊस नाही. फक्त स्वातीचा पाऊस पडला. त्या पावसाचा पोटाला काय उपयोग? त्यानं फक्त मोती पिकतात!"

त्यांच्या डोक्यावरल्या हाऱ्यांकडे पाहत संन्याशी म्हणाला, "अन्न घेऊन आलाय वाटतं तुम्ही? द्या, काहीतरी द्या मला! शिळ्या भाकरीचा, उष्ट्या भाकरीचा, कसलाही तुकडा द्या."

संन्याशी त्यांचे पाय धरू लागला.

सारे पाणबुडे वेड्यासारखे समुद्राकडे धावत गेले. ते सारे मोत्यांचे हारे त्यांनी समुद्रात ओतले. एकही मोती त्यांनी बाहेर ठेवला नाही.

सर्वांनी हात जोडून वरुणदेवतेची प्रार्थना केली. 'देवा, मृगाचा पाऊस पडू दे, मघाचा पाऊस पडू दे. हस्ताचा पाऊस पडू दे. स्वातीचा पडला नाही तरी चालेल.'

१९३८

■

घरटे आणि धरणीकंप

फार जुने झाड होते ते!

नुकत्याच उडू लागलेल्या त्या चिमण्या पाखराच्या कित्येक पिढ्या याच झाडावर आपले घरटे बांधीत आल्या होत्या.

या वृक्षाने अनेक वावटळींना तोंड दिले होते, कितीतरी वादळे पाहिली होती. पण त्याच्यावरले एकसुद्धा घरटे कधी मोडून पडले नव्हते!

पण एके दिवशी ते झाड थरथर कापू लागले.

त्या चिमण्या पाखराच्या आईला वाटले– बाहेर वादळ सुरू झाले आहे.

पिलाने बाहेर डोकावून पाहिले. आकाश अगदी निरभ्र होते!

आई पिलाला आत ओढीत म्हणाली, ''कुठलीतरी वावटळ असेल, झोप तू!''

आईच्या स्पर्शाचा मधुर आनंद आज त्याला नकोसा झाला!

त्याने पुन्हा बाहेर डोकावून पाहिले.

झाड अधिकच हलू लागले होते. जणूकाही धरणीमातेवर कुणीतरी एक प्रचंड चवरी फिरवीत होते.

चिमणे पाखरू पाहू लागले– वावटळीचे एकही लक्षण दिसत नव्हते.

हा हा म्हणता भोवतालची मंदिरे कोसळू लागली– देवालये– राजवाडे–

धाड-धाड-धाड-

आई-आई-आई-गं-

ते भयंकर आवाज कानांवर पडताच ते पाखरू आईला घरट्याबाहेर ओढू लागले.

आई त्याला परत घरट्यात ओढू लागली.

पिलू म्हणत होते, ''आई, ही वावटळ नाही, हे वादळ नाही, हा धरणीकंप आहे!''

आई सांगत होती, ''बाळ, आपलं झाड फार जुनं आहे. असले खूप धरणीकंप पाहिले आहेत यानं!''

घरट्याच्या तोंडात एकमेकांवर प्राणापेक्षाही प्रेम करणारे ते दोन जीव भांडू लागले.

आई म्हणे, ''बाळ, कसला धरणीकंप घेऊन बसला आहेस? बाहेर प्रलय सुरू झाला आहे. घरट्याला चिटकून राहिलो तरच आपले प्राण वाचतील. हे जुनं झाड मोठं खंबीर आहे!''

पिलू म्हणे, ''आई, धरणीकंपाची कल्पना नाही तुला! घरट्याबाहेर पडलो तरच आपले प्राण वाचतील. या जुन्या झाडाचा काही नेम नाही आता!''

पिलाने आईला जवळजवळ घरट्याबाहेर ढकलले. इतक्यात त्याला दूर लोटून ती रागाने आत आली.

तिच्या धक्क्याने ते पिलू घरट्याबाहेर पडले.

कानठळ्या बसविणारा एक प्रचंड आवाज झाला– कड-कड-कड-काड-काड-काड- तो जुना वृक्ष मुळासकट उपटून पडला होता!

ते चिमणे पाखरू आईला शोधण्याकरिता त्या वृक्षाभोवती घिरट्या घालू लागले.

१९३९

■

सागरा, अगस्ति आला

प्राचीन काळची कथा. पृथ्वीवरील सुवर्णमय पर्वतांची रत्नखचित शिखरे सागराने दुरून पाहिली. सूर्यकिरण वर पडल्यामुळे ती इतकी चमकत होती की, जणू काय कुबेराने आपले सर्व भांडार त्या शिखरावरच आणून ठेविले आहे असा भास होई. सागराने स्वत:चे भांडार पाहिले. त्यात शंख, शिंपा, सागरफेन आणि वाळू याखेरीज दुसरे काहीच नव्हते.

सागर पृथ्वीजवळ याचना करण्याकरिता आला. लाटांच्या परड्या जाईजुईच्या फुलांनी भरून आणून त्याने पृथ्वीच्या पायांवर वाहिल्या. पृथ्वीच्या औदार्याचे स्तुतिस्तोत्र त्याने गंभीरपणाने म्हणून दाखविले. पृथ्वी प्रसन्न झाली.

सागराने वर मागितला आणि पृथ्वीने तो दिला. अखंड प्रदक्षिणा घालण्याची आणि अभिषेकाचे पाणी तीर्थ म्हणून वापरण्याची परवानगी सागराने मागितली. पृथ्वीला आश्चर्य वाटले. ती स्वत:शीच उद्गारली, 'सागर अगदी वेडा दिसतो! मजजवळची रत्नं मागण्याइतकंसुद्धा त्याला ज्ञान नाही.'

वरुण मेघकुंभांनी पृथ्वीला नित्य अभिषेक करीत असे. पृथ्वीने सर्व पर्वतपठारांना आज्ञा केली. अभिषेकाचे पाणी पूर्वीप्रमाणे पर्वताच्या पायथ्याशी न राहता सागराकडे वाहू लागले. हळूहळू त्या पाण्याबरोबर पर्वतांच्या शिखरांवरील रत्नेही जाऊ लागली. पर्वतांची सोन्याची शरीरे धुऊन निघाली. तिकडे सागर रत्नाकर झाला; पण इकडे पृथ्वी कंगाल बनली.

सागराचे कारस्थान पृथ्वीला कळले, पण ते पूर्ण दारिद्र्य प्राप्त झाल्यानंतर. स्वत:भोवती फार दुरून प्रदक्षिणा घालणाऱ्या चंद्राला तिने ही सर्व हकिकत सांगितली. पण आपल्याला पाहताच हर्षाने नाचू लागणारा सागर असले कपट करील या गोष्टीवर त्याचा विश्वास बसला नाही. पृथ्वीने सूर्याला विनंती केली; पण जलपानामुळे तो सागराचा मिंधा झालेला. आपल्या साहाय्याला कोणीच येत नाही हे पाहून पृथ्वी रागाने थरथर कापू लागली. बिचारीच्या वक्ष:स्थलावरील सुंदर नगरभूषणांचा मात्र नाश झाला. राग मनात मावेनासा झाला की, तिच्या नेत्रांतून तप्त ज्वालारस वाहत असे. पण अंत:करणाप्रमाणे स्वत:चे अंगही दग्ध करून घेण्यापलीकडे त्यापासून काही लाभ होत नाही असे तिला आढळून आले.

एकेकाळी वैभवसंपन्न असलेली, पण आता दरिद्री झालेली पृथ्वी निराश मनाने विचार करू लागली. पर्वत शिलामय झाले, नगरांची कळा लोप पावली. राजांच्या जामदारखान्यातसुद्धा रत्ने राहिली नाहीत. सर्व रत्ने आपल्या तळाशी ठेवून सागर तिच्या दारिद्र्याची थट्टा करू लागला.

पृथ्वीमातेने आपल्या अपत्यांकडे आशेने पाहिले. अनेक बृहस्पती उठले व सागराकडे जाऊन त्याची गोड शब्दांनी विनवणी करू लागले. किनाऱ्यावरून रत्ने मागणाऱ्या या दुर्बलांना सागराने उत्तर दिले, 'रत्नाचे रक्षण करण्याचे सामर्थ्य तुमच्या अंगी नाही म्हणून ती मी ठेविली आहेत. तुम्ही समर्थ झालात की, ती तुम्हाला परत मिळतील.' बोलके बृहस्पती विजय मिळाला म्हणून आनंद मानीत परत गेले. शब्दांनी वैभव अथवा स्वातंत्र्य मिळत नसते हे बिचाऱ्यांना ठाऊकही नव्हते.

वर्षेच्या वर्षे लोटली. पृथ्वीवरील प्रजा दुबळी आहे, हा सागराचा सिद्धान्त कायम राहिला. कंटाळून जाऊन पृथ्वीने आपल्या शूर पुत्रांकडे पाहिले, त्यांनी सागरावर हल्ला चढविला. पण सागराच्या प्रचंड लाटांपुढे त्यांचे काही चालेना. काही तत्काळ किनाऱ्याकडे परतले. पण ज्यांनी सागराच्या तळाशी जाण्याचे धाडस दाखविले, त्यांची प्रेतेसुद्धा हाताला लागली नाहीत!

पृथ्वीचे नैराश्य कळसाला पोहोचले. पतंग दिव्यावर झडप घालतो त्याप्रमाणे सूर्यावरील ज्वालामुखीवर झडप घालून जळून जावे असे तिला वाटू लागले. उन्मत्त सागराच्या लाटा आकाशाला जाऊन भिडल्या. इतक्यात कुठून तरी मधुर; परंतु गंभीर ध्वनी आला, 'माते, भिऊ नकोस.'

हे शब्द एका ऋषिकुमाराचे होते. तो तत्काळ सागराकडे गेला व त्याने रत्नांची मागणी केली. कुमाराची कृश मूर्ती पाहून सागर उपहासाने त्याला म्हणाला, 'बाबा, स्नानसंध्या सोडून या फंदात कशाला पडतोस? एका लाटेसरशी मी तुझा चुराडा करून टाकीन.'

ऋषिकुमाराने त्याच्या बोलण्याकडे लक्षच दिले नाही. गुडघाभर पाण्यात उभा राहून तो मंत्र जपू लागला. सागर उन्मादाने म्हणाला, 'ऋषिमहाराज, खाली मान करून वेदपठण करण्याची ही जागा नव्हे. आपला जीव उगीच धोक्यात घालू नका.'

ऋषिकुमार ऐकत नाही असे पाहून सागराने पर्वतप्राय लाटा त्याच्यावर फेकल्या. पण त्या कुमारापर्यंत जाऊन पोहोचेनात. ऋषिकुमाराने मंत्र जपून आचमन करायला सुरुवात केली. सागराचे पाणी भराभर आटू लागले. एक, दोन, तीन, कैक पुरुष पाण्याच्या जागी वाळवंट दिसू लागले.

पृथ्वीची रत्ने पृथ्वीला परत मिळाली. कुमाराच्या पाठीवरून प्रेमळपणाने हात फिरवीत ती म्हणाली, 'बाळ, तुझं नाव काय? योद्धे आणि पंडित यांचा जिथे पराभव

झाला तिथे तू कसं यश मिळवलंस?'

तिला वंदन करीत कुमाराने उत्तर दिले, 'माते, माझं नाव अगस्ति. तुझ्या कृपेनं मला यश मिळालं. माझ्यापाशी पंडितांचे शब्द नाहीत आणि योद्ध्यांची आयुधेही नाहीत तुझी भक्ती हेच माझं वक्तृत्व आणि तेच माझं आयुध.'

ऋषिकुमाराने दयार्द्र अंत:करणाने सागराचे जीवन त्याला परत दिले. पुन्हा वाळवंटाच्या ठिकाणी कैक पुरुष पाणी नाचू लागले.

अगस्ति तपश्चर्येकरिता अरण्यात निघून गेला.

वैभवशाली झालेल्या पृथ्वीकडे पाहून अधूनमधून सागराला तिचे वैभव हरण करण्याचा मोह उत्पन्न होतो. आपला पराभव विसरून जाऊन तो भराभर पुढे येऊ लागतो. त्याचे अतिक्रमण लक्षात येताच किनाऱ्यावरल्या वृक्षवेली आणि वालुकाकण उच्च स्वराने गर्जना करून म्हणतात, 'सागरा, अगस्ति आला! सागरा, अगस्ति आला.' सागराचे तोंड तत्काळ सुकते, त्याच्या महत्त्वाकांक्षेची भरती नाहीशी होऊन तिला ओहटी लागते आणि जेवढ्या वेगाने तो पुढे आलेला असतो तेवढ्याच वेगाने तो मागे जातो!

१९३१

■

तीन कलावंत

नदीच्या तीरावर एक तरुणी अश्रू गाळीत बसली होती.

त्या तिघा मित्रांची दृष्टी एकाच वेळी तिच्याकडे गेली. तिघांपैकी पहिला होता कवी, दुसरा होता चित्रकार आणि तिसरा होता गवई. दरबारात कवीचे स्थान राजाच्या सिंहासनाजवळ असे. चित्रकाराची जागा मानकऱ्यांच्या रांगेत होती. गवयाला मात्र गाणे संपले की, खूप मागे जाऊन बसावे लागे. कवी नवी नवी काव्ये करी, चित्रकार नवी नवी चित्रे काढी, पण गवई मात्र तेच तेच आळवी. मग त्याच्या कलेला अधिक मोल कुठून येणार?

***

ती तरुणी एकान्तात अश्रू का गाळीत आहे हे तिघांनाही कोडे पडले. कवीने जवळ जाऊन प्रश्न केला, 'हे सुंदरी, तुझ्या या अश्रूंचे कारण काय?'

चित्रकाराने विचारले, 'हे चारुगात्री, तू अशी दुःखी का?' गवयाने तिच्याकडे नुसते पाहिले.

ती अधिकच रडू लागली.

***

त्या तरुणीच्या दुःखाचे कारण कल्पनेने शोधून काढायचे असे कवी आणि चित्रकार यांनी ठरविले. बिचारा गवई गप्प बसला.

दुसरे दिवशी तिघेही नदीच्या तीरावर आले. ती तरुणी तिथेच होती. तिच्या डोळ्यांतून अजूनही अश्रू वाहत होते.

कवी तिच्याजवळ जाऊन तिच्यावर केलेली आपली कविता वाचून दाखवू लागला– 'हृदयात गुंफलेली मौक्तिकमाला निष्ठुर रमणाने तोडून टाकल्यावर ती मोत्ये रमणीच्या डोळ्यांतून ओघळू लागतात! सुंदरी, तू तरी या नियमाला कुठून अपवाद असणार?...' इत्यादी इत्यादी.

हे काव्य ऐकून त्या तरुणीने आपले ओठ उघडलेसुद्धा नाहीत.

चित्रकाराने तिला आपले चित्र दाखविले. एक तरुणी वादळात सापडली आहे

असे दृश्य होते ते! सोसाट्याच्या वाऱ्याने तिचे केस अस्ताव्यस्त झाले होते, अंगावरला पदर उडून गेला होता; पण तिला कशाचेही भान नव्हते. ती उन्मळून पडलेल्या एका वृक्षाकडे निश्चल दृष्टीने पाहत होती. त्या वृक्षाला बिलगलेली वेलही त्याच्याबरोबर धुळीला मिळाली होती.

तरुणीने काहीतरी सांगण्याकरिता आपले ओठ उघडले. पण चित्रकाराला एकही शब्द ऐकू आला नाही.

गवई सहज गुणगुणू लागला. किती कोमल स्वर होते ते! आणि त्या स्वरांतला कंप. जणूकाही मूर्तिमंत दु:खच आपली कहाणी सांगू लागले होते.

गवयाला मधेच थांबवून त्या रमणीने विचारले, "तुम्हाला कुणी सांगितले हे?"

त्याने आश्चर्याने प्रश्न केला, "काय?"

"माझं बाळ– इथे!" तिचा कंठ दाटून आला. तिने समोर बोट दाखविले. केवढा मोठा डोह होता तो!

गवई भांबावून गेला.

ती आर्जवाने म्हणाली, "उगीच बोलले मी मधे– तुमचे ते मघाचे सूर– किती हलकं वाटलं मला ते ऐकून! म्हणा ना ते गाणं पुन्हा!"

१९३९

■

मृत्युलोकातली मैत्री

दोन आत्मे पण एक जीव अशी त्यांची स्वर्गलोकात प्रसिद्धी होती. अमृत प्यायचे असो, कल्पवृक्षाखाली होणाऱ्या भोजनात भाग घ्यायचा असो अथवा पारिजातकाची फुले वेचून ती अप्सरांना अर्पण करायची असोत, त्या दोन आत्म्यांना भेदभावाचा किंवा मत्सराचा वारा कधीच स्पर्श करू शकला नाही.

त्यांचा पुण्यसंचय बरोबरच संपला. मृत्युलोकात त्यांना एकदम पाठविण्याचे ठरले. दोघांनाही आनंद झाला. त्यांनी देवाधिदेवाला विनंती केली, 'देवा, कोणताही जन्म दे आम्हाला, पण एके ठिकाणी– अगदी जवळजवळ आम्हाला जन्माला घाल. एकमेकांच्या सहवासात मृत्युलोकातसुद्धा आम्ही स्वर्गसुख मिळवू.'

देवाधिदेवाने हसून त्या विनंतीला संमती दिली.

***

त्या दोघांना अरण्यातील वृक्षांचा जन्म मिळाला. दोन्ही झाडे अगदी एकमेकांना बिलगून उगवली. पण एक उंच होऊन त्याच्या शाखांचा विस्तार झाला. दुसरे तसेच खुरटे राहिले. खुरट्या झाडाला नेहमी ऊन हवेहवेसे वाटे. ते गयावया करून उंच झाडाला म्हणे, 'भाऊ, तुझ्या फांद्या जरा बाजूला घे की! थोडं तरी ऊन मिळू दे मला!'

थोरल्या झाडाच्या फांद्या उपहासाने केलेल्या हातवाऱ्यांनी हलत तेवढ्याच! त्यांनी धाकट्या झाडाला कधीच ऊन मिळू दिले नाही.

सावटात वाढलेले ते खुरटे झाड लवकरच मरून गेले.

देवाधिदेवाने या आत्म्याला विचारले, 'कुठे देऊ तुला पुढला जन्म?'

या दुसऱ्या आत्म्याच्या मनात खळबळ माजली. त्याने खूप विचार केला. शेवटी आपल्या स्वर्गलोकातील मैत्रीला स्मरून पहिला आत्मा परत आल्यावर तो जाईल तिथेच जायचे त्याने ठरविले.

***

दोन्ही आत्म्यांना हरिणांचा जन्म मिळाला. अरण्यात गवतपाणी भरपूर होते.

दोघेही मनसोक्त खातपीत, नाचत बागडत, उड्या मारीत. स्वर्गसुख तरी यापेक्षा काय अधिक असते? मात्र स्वर्गापेक्षा इथे भांडणाचे प्रसंग अधिक येत. कुणाची शिंगे अधिक सुंदर याबद्दल त्या दोघांचा एकदा वाद होऊन त्यांची मजल रक्तपातापर्यंत गेली होती.

दोघेही मोठे झाले. एके दिवशी एका हरिणीसंबंधाने त्यांच्यात वाद माजला. दोघांनाही ती तिलोत्तमेइतकी सुंदर वाटली. सुंदोपसुंदीच्या इतिहासाची आवृत्ती त्या अरण्यात होते की काय अशी भीती त्या दिवशी सर्वांना वाटू लागली.

पण असे वैमनस्याचे प्रसंग एकंदरीत फार थोडे येत.

एके दिवशी अरण्यात शिकारी शिरले. जिवाच्या आकांताने पशूंचे कळप धावू लागले. हे दोघे मित्रही बरोबरीने पळत होते. प्राणसंकटांतदेखील एकमेकांना सोडायचे नाही असा त्यांनी निश्चय केला होता.

कुठूनसा एक शिकारी त्या दोघांच्या रोखाने आला. एका हरिणाला तो दिसला, पळता पळता पटकन ते जमिनीवर पडले. पहिल्याला वाटले– आपला मित्र मेला– आता त्याची चौकशी करण्यात काय अर्थ आहे? दुसऱ्याच क्षणी त्या धावणाऱ्या हरिणाच्या शरीरात बाण घुसला. जमिनीवर पडलेले हरीण लगेच उठून उलट दिशेने धावत गेले.

मारल्या गेलेल्या हरिणाच्या आत्म्याला देवाधिदेवाने विचारले, 'कुठे देऊ तुला पुढला जन्म?' स्वर्गलोकातल्या मैत्रीची अंधूक आठवण अजून त्याच्या मनाला उल्हसित करीत होती. मागे ओढणाऱ्या मनाला झिडकारून त्याने उत्तर दिले, 'दुसरा आत्मा येऊ दे. मग आम्हा दोघांना एके ठिकाणीच जन्माला घाल– अगदी जवळजवळ!'

***

एका राणीच्या पोटी जुळी भावंडे होऊन ते आत्मे जन्माला आले. लहानपणी दोघा राजपुत्रांच्या वैभवात अणुरेणूचासुद्धा फरक पडला नाही. दोघांनाही वाटले. स्वर्गाप्रमाणे इथेही आपले प्रेम आता अभंग राहील.

राजपुत्र मोठे झाले. युवराज कुणाला करायचे यासंबंधी चर्चा होऊ लागली. धर्मशास्त्राचे एक मत, राजेसाहेबांचे दुसरे आणि लोकांचे– पण लोकांचे मत कोण विचारीत होते?

सेनापतींची सुंदर कन्या नेहमी राजवाड्यात येई. दोघाही राजपुत्रांचे मन तिच्यावर जडले. जो राजा होईल त्याच्याशीच लग्न करण्याचा तिचा विचार सहज बोलता बोलता दोघांनाही कळला.

एके दिवशी सकाळी दोघेही राजपुत्र शिकारीकरिता अरण्यात गेले. राजवाड्यातून

बाहेर पडतानाच त्यांच्या नजरा हिंस्र पशूंसारख्या दिसत होत्या. 'आज मोठी शिकार मिळणार.' दोघेही घोगऱ्या स्वराने एकमेकांना म्हणाले.

संध्याकाळी दोन्ही राजपुत्रांची प्रेते राजवाड्यात आणण्यात आली. दाट झाडीमुळे पलीकडे हिंस्र पशू आहे असे वाटून दोघांनी एकाच वेळी शरसंधान केले म्हणे! नेहमीपेक्षाही ते अचूक ठरले होते!

***

देवाधिदेवाने त्या दोन्ही आत्म्यांना विचारले– 'कुठे देऊ तुम्हाला पुढला जन्म?'

दोघेही एकदम उद्गारले, 'कुठेही! पण एकमेकांपासून दूर, अगदी दूर!'

१९३५

■

सुधारक

शेपूट तुटलेला कोल्हा म्हणाला, 'बंधुभगिनींनो, आधी केले, मग सांगितले अशा मताचा आहे मी! शेपटामुळेच मनुष्यापेक्षा कोल्ह्याचा दर्जा कमी ठरला आहे. मनुष्य म्हणजे काय? शेपूट नसलेला वानर! शिवाय– शिवाय सृष्टीने दिलेली प्रत्येक गोष्ट प्राण्याच्या उपयोगी पडेलच असे नाही. मनुष्यातील नर पाहा. त्याच्या तोंडावर दाढीमिश्यांचे जंगल रात्रंदिवस वाढत असते. पण तो ते साफ छाटून आपली सुधारणा करीत आहे. म्हणून माझी या शृगाल सभेला अशी नम्र सूचना आहे की, आपण सर्वांनी एक लांगूलउच्चाटन दिन पाळावा आणि त्या दिवशी शेपूट कापण्याची सुधारणा अमलात आणावी. बंधू हो, क्रांती तुम्हाला हाका मारीत आहे. उठा, जागे व्हा!'

सर्व कोल्हे आपल्या म्हाताऱ्या पुढाऱ्याकडे टकमक पाहू लागले. लांड्या कोल्ह्याचे म्हणणे त्यांना खरे वाटू लागले होते.

म्हातारा कोल्हा उठला व रेकत म्हणाला, 'आजच्या विद्वान वक्त्यांनी सांगितलेल्या गोष्टीला माझी लांगूलपूर्वक संमती आहे.'

लांडा कोल्हा मधेच ओरडला, 'ऐका, ऐका!'

म्हातारा पुढे बोलू लागला, 'शेपूट कापल्यावर ते पुन्हा हवेसे झाले तर ते पुन्हा उगविण्याची सोयही झाली आहे आता. एका शास्त्रज्ञाने नुकताच तसा शोधही लावला आहे–'

लांड्या कोल्ह्याने घाईघाईने विचारले, 'नाव काय त्या शास्त्रज्ञाचं?'

म्हाताऱ्याने प्रश्न नकळत्यावर घालविला.

तो शेपूट तुटलेला कोल्हा एकदम उठून ओरडला, 'अहो आजोबा, तो शोध लावणाराचा पत्ता हवाय मला!'

एकदम प्रचंड कोल्हेकुई उठली, ती ऐकताच लांड्या कोल्ह्याच्या लक्षात आपली चूक आली. पण आता त्याचा काय उपयोग होता? त्याचा क्रांतीचा अर्थ साऱ्या कोल्ह्यांना कळून चुकला होता!

१९३६

■

वायुकन्या

उर्विकेने वर आकाशाकडे पाहिले. तारका कोण म्हणेल त्यांना? जिकडेतिकडे कमळेच कमळे फुलली होती. खिन्न दृष्टीने तिने खाली आपल्या भोवताली दृष्टी वळवली. फुललेली फुले? छे! एकही नाही. साऱ्या मुक्या कळ्या! तिने पुन्हा वर नजर फिरविली. आकाशातली कमळे नाचत होती. गगनिका झोके घेता घेता त्या वाऱ्यानेच या कमलांना डोलवीत आहे असा भास तिला झाला. नकळत तिचा हात स्वत:च्या पदराकडे गेला. पदर हलला. पण फक्त पानांची सळसळ झाली. तो कर्णकटू आवाज तिला ऐकवेना. जणूकाही दैव तिच्या साऱ्या आकांक्षा तुडवीत वर गगनिकेकडे धावत जात होते!

सळसळ थांबली.

उर्विकेने उत्कंठेने हाक मारली, "आक्का!"

रातकिड्यांची किरकिर– छे! तिच्या मनातील निराशेचे अस्फुट क्रंदन होते ते! आकाशाच्या नील सरोवरात जलविहारातील अष्टमीच्या चंद्राची नौका अप्सरा सोडीत होत्या. ते रमणीय दृश्य पाहण्यात तल्लीन झालेल्या गगनिकेला उर्विकेची हाक ऐकू गेली होती. पण उत्तर देण्याकरिता मान कोण वळविणार? दिव्य सौंदर्याच्या आस्वादाला तेवढेच मुकल्यासारखे नाही का होणार?

उर्विका चिडून गेली. तिच्या मनात आले– आपण दोघीही वायुकन्या. गगनिकेला योगायोगाने उच्च स्थान मिळाले. त्यामुळे ती अक्षरश: चढून गेली आहे. बहिणीच्या हाकेला ओ देण्याइतकीसुद्धा माणुसकी नाही अंगी? किती उद्दाम! उर्विकेच्या कोंडलेल्या मनाचा स्फोट झाला. ती किंचाळली, 'आक्का!' घुबडाच्या घूत्कारासारखा उर्विकेचा तो भयंकर स्वर ऐकताच गगनिका दचकली. तिने त्रासिक पण कंपित स्वराने विचारले, "काय गं?"

"आक्का–"

"चूप! असली लाडीगोडी नाही चालायची आता. माझ्यापाशी बोलायचं असेल तर आक्कासाहेब म्हटलं पाहिजे मला–"

"पण तू नि मी बहिणीबहिणी–"

"मला नाही आठवत ते."

"अगं–"

"अहो म्हटलंस तर तोंड झरेल वाटतं?"

"अहो आक्कासाहेब, तुम्ही नि मी दोघीही वायुकन्या!"

"पण माझं लग्न लागलंय सुंदर स्वर्गाशी! तुझा नवरा– तो कुरूप मृत्युलोक– त्याच्या अंगावरला वारादेखील नको गं बाई!"

"आक्कासाहेब, मला फार फार वाटतं की वर यावं, आभाळातली कमळं आपल्या पदराच्या वाऱ्यानं डोलवावी–"

"आणखी नाही का काही वाटत?"

कुठल्यातरी उंच वृक्षावर पाखरांच्या पंखांचा कर्णकटू फडफडाट झाला असे उर्विकेला वाटले. पण ते गगनिकेचे उपहासाचे हास्य होते.

"आक्कासाहेब, घटकाभर तरी मी वर येते हो!"

"तू वर येणार? नि मी कुठे जाऊ मग? माझ्यापुरतीच जागा आहे इथे!"

"तू थोडा वेळ खाली ये की!"

"तू नव्हे, तुम्ही!"

"तुम्ही थोडा वेळ खाली या की!"

"तुझ्या जागी?"

"हो."

"शहाणीच आहेस की नाही मोठी?"

"आक्कासाहेब–"

वर चंद्राच्या नौकेतील अप्सरांच्या वल्ह्यांनी उचंबळणाऱ्या जललहरीपुढे तारकांची कमळे अधूनमधून लवत होती.

"आक्कासाहेब–"

कंठ सुकून जाईपर्यंत उर्विकेने हाका मारल्या. पण गगनिकेने अवाक्षरानेसुद्धा तिला उत्तर दिले नाही. उर्विका स्फुंदूनस्फुंदून रडू लागली. कितीतरी वेळ तिचे अश्रू टपटप आवाज करीत पृथ्वीवर पडत होते.

***

आकाशातली कमळे मिटू लागली. पृथ्वीवरील फुले उमलू लागली. फुलांचा सुवास आणि पाखरांची किलबिल यांनी उर्विकेचे तप्त हृदय थोडेसे शांत केले.

पण ते क्षणभरच! फुलांच्या सुवासाला घट्ट कवटाळून धरण्याचा तिने प्रयत्न केला. पण तो पडला मुलखाचा अवखळ. तिच्या डोळ्यांदेखत तो गगनिकेकडे धावत गेला. पाखरेही तशीच. त्यांनी वर जाऊ नये म्हणून उर्विकेने गोड गोड गाणी म्हटली. पण वर गगनिका आकाशातल्या मेघांची नवी नवी रंगीत खेळणी दाखवीत

होती. आपल्या अंगाप्रमाणे सुंदर असलेली ती खेळणी पाहिल्यावर पाखरे कशी गप्प बसणार? ती भुर्रकन उडाली.

काकुळतीने उर्विकेने गगनिकेला हाक मारली, "आक्कासाहेब."

"काय?"

"आता तरी मी वर येऊ का?"

श्रीमंतांचे शब्द जवाहिराप्रमाणे मूल्यवान असतात. उर्विकेला उत्तर मिळाले नाही.

"आक्कासाहेब- क्षणभर- फक्त एक क्षण!"

"उर्विके, इतकी काही भोळी नाही मी."

उर्विकेला या वाक्याचा अर्थच कळेना!

"येऊ का वर मी आक्कासाहेब?"

"अन् मी कुठे जाऊ? खाली? छे गं बाई! तो बघ सूर्य किती वर आला. हळूहळू जमीन तापायला लागेल. जीव नकोसा होईल खाली! तुझी जागा तुलाच लखलाभ असो बरं उर्विके!"

"पण–"

"पण नाही नि बिण नाही. बहीण म्हणून तुझ्याशी इतकी तरी बोलले मी! नाहीतर–"

गगनिका आपली केशभूषा करू लागली. उर्विकेवरील फुलांचा सुवास तिने आपल्या केशकलापाला लावला. आकाशाच्या आरशापुढे बसून उर्विकेवरील पाखरांची सुंदर पिसे फुलांप्रमाणे तिने आपल्या केसांत खोवली.

उर्विका मनातल्या मनात जळफळत होती. गोडीगुलाबीने नाही तर नाही, पण दांडगाईने तरी आपल्याला वर जाता येईल की काय हे पाहण्याचा तिने निश्चय केला. खूप धडपडली ती! तिचा तो रुद्रावतार पाहून वृक्षवेली कापू लागल्या. जिकडेतिकडे खळबळ उडाली. पण काही केल्या तिला वर जाता येईना. तिला गगनिकेचे शब्द आठवले. तुझा नवरा हा कुरूप मृत्युलोक! मृत्युलोकाशी बांधलेली लग्नगाठ! ती तुटणार कशी? मरेपर्यंत आपल्याला खालीच राहिले पाहिजे. गगनिकेला वरचे स्थान देणाऱ्या दैवानेच आपल्याला खाली दडपले आहे. मग धडपड करण्यात अर्थ काय? डोके फोडून घेतले म्हणून ललाटरेषा बदलते का? आहे त्यात सुख मानावे हेच खरे! या निराशेच्या तत्त्वज्ञानाने तिच्या मनाची अस्वस्थता थांबली नाही. पण शरीराची धडपड मात्र थंडावली.

***

घटकेघटकेला जमीन अधिक अधिक तापू लागली. उर्विकेच्या अंगाला चटके

बसू लागले. त्या चटक्यांनी कळवळून जाऊन तिने करुण स्वरात गगनिकेला विचारले, "आक्कासाहेब, तुमचे पाय भाजताहेत का हो?"

गगनिका हसली. वरच्या शीतल लताकुंजात ती सुखासीनपणे पडली होती.

"आक्कासाहेब, दया करा हो माझ्यावर. माझं अंग भाजून निघतंय सारं. वर घ्या मला."

"आत्ता?"

"आई गं, अंगाला फोड आले हो!"

गगनिका दूर दिसणाऱ्या मृगजळाच्या भव्य आरशात आपले मोहक रूप पाहत एक प्रेमगीत गुणगुणू लागली.

"आक्कासाहेब, आई आई! अगदी सोसवत नाही हो!"

तापलेल्या तव्यावर बसविल्याप्रमाणे उर्विकेला वाटू लागले. हे हाल चुकविण्याचा एकच मार्ग! वर जायचे. पण वर जायचे कसे?

सकाळच्या शांत वेळी तिने धडपड केली होती. पण ती सारी निष्फळ ठरली होती. तेच तेच पुन्हा करण्यात काय अर्थ?

पण जिवाच्या आकांताने मनुष्य काहीतरी करतोच की नाही? अंगाची लाही होऊ लागल्यावर स्वस्थ कसे बसायचे? चटके टाळण्याकरिता उर्विका वेगाने इकडेतिकडे धावू लागली.

कितीतरी वेळ एखाद्या यंत्राप्रमाणे तिची हालचाल सुरू होती. तिला भोवळ आल्यासारखे वाटू लागले. या श्रमानेच आपण बेशुद्ध होऊन पडणार आणि शेवटी मरणार असे तिला वाटले. आपण काय करीत आहो हे तिला कळत नव्हते. पण ती डोळे मिटून एकसारखी धावत होती. धडपडत होती.

कितीतरी वेळाने तिने डोळे उघडून पाहिले. आकाश पूर्वीपेक्षा जवळ आले होते. अंगाला बसणारे चटकेही नाहीसे झाले होते. आपण एका शीतल लताकुंजाच्या द्वारात आहो असे तिला आढळून आले. तिने कुतूहलाने खाली पाहिले.

गगनिका वेडेवाकडे हातवारे करीत ओरडत होती. 'उर्विके, वर येऊ दे गं मला. घटकाभर-क्षणभर तरी.'

१९३४

■

छोटा दगड

खाली खळखळणारा ओढा, वर शीतल छाया पसरणारी वृक्षराजी! किती रमणीय स्थान! एवढे सौंदर्य असूनही त्या खडकाची पूजा करण्याची लहर कधीच कुणाला आली नाही! एका दृष्टीने बरोबरच होते ते! लहान मुलाला देव मानतात ना? लहान दगडही तसाच देव होऊ शकतो? पण एवढ्या मोठ्या खडकाचा देव कसा व्हायचा?

शेवटी खडकालाच एक युक्ती सुचली. मोठेपण काही वाटेवर पडलेले नाही! त्याने आपल्या अंगाचा एक तुकडा कापला. स्वत:च्या वेदनांकडे लक्ष न देता तो म्हणाला, 'हा तुकडा देव होऊ दे. मग आपोआप येईल मला देवकळा!'

तो छोटा तुकडा त्याने ओढ्याच्या पाण्यात टाकला. नित्य पाण्यात राहिल्यामुळे कसा छान उजळला तो! एके दिवशी एक प्रवासी भरदुपारी तेथे आला. ओढ्यात अंघोळ करता करता त्याने पाहिले. काहीतरी पाण्यात चमकत होते. लकलकीत छोटा दगड होता तो! वेळ जायला तेथे दुसरे साधन तरी काय होते? त्याने तो छोटा दगड बाहेर आणून सावलीत ठेवला आणि रानातील खूप फुले गोळा करून ती त्याच्यावर वाहिली.

कर्मधर्मसंयोग! प्रवासी गेला न गेला तोच रानात शिकारीकरिता आलेला राजा वाट चुकून त्याच जागी आला. राजा दमला तर होताच; शिवाय शिकार न मिळाल्यामुळे निराशही झाला होता. ते रम्य स्थान पाहून त्याला आनंद झाला. 'धन्य धन्य देवाची करणी!' त्याच्या मनात विचार आला. इतक्यात त्याची नजर त्या फुले घातलेल्या छोट्या दगडाकडे गेली. तो हसून म्हणाला, 'एवढी सुंदर सृष्टी निर्माण करणारा देव! पण बिचारा उघड्यावर पडला आहे इथे!'

राजाने सहज पाहिले. ओढ्याच्या पलीकडच्या काठावर एक सुंदर हरीण होते. त्याने अचूक नेम धरला. 'या देवानंच शिकार दिली मला!' असे म्हणत राजाने त्या छोट्या दगडाला नमस्कार केला. देवस्थान जागृत आहे हे उघड दिसत होते. मग देवाला उघड्यावर कसा टाकायचा? राजाचे काय? त्याच्या मनातल्या मंदिरांबरोबर खरीखुरी मंदिरे निर्माण होतात!

थोड्याच दिवसांत त्या छोट्या दगडाची सुंदर संगमरवरी मंदिरात विधिपूर्वक

स्थापना झाली. शेकडो भाविक लोक या नव्या देवाचे दर्शन घेण्याकरिता आणि त्याला नवस करण्याकरिता येऊ लागले. दररोज देवापुढे नारळांची ही रास होई! पुजारी ते नारळ समोरच्या भल्यामोठ्या खडकावर फोडू लागला. बिचाऱ्या खडकाचे अंग दररोज ठणकू लागले.

एके दिवशी खडक काकुळतीने म्हणाला, 'देवा, नैवेद्य खातोस तू आणि नारळाचे घाव बसतात माझ्या पाठीवर!'

देवाने हसून उत्तर दिले, 'तुझ्यासारख्या एवढ्या मोठ्या दगडाचा उपयोग काय आहे दुसरा?'

खडकाला फार राग आला. पण तो आतल्या आत गिळून तो म्हणाला, 'देवा, मलाही तुझ्यासारखा देव कर; म्हणजे हे नारळाचे घाव तरी चुकतील माझ्या कपाळीचे!'

मंदिरातल्या देवाने बराच वेळ विचार केला. 'समोरचा खडक हा देव आहे म्हणून आपण दृष्टान्त दिला तर? तर लोक त्याच्याच भजनी लागतील. लोक म्हणतील, देवळातला देव लहान आहे. पण समोरचा देव- महादेवाचा अवतार आहे तो! मग आपल्याकडे ढुंकूनसुद्धा पाहणार नाही कुणी. हे मंदिराचं छत्र तरी आपल्या डोक्यावर राहील याचा काय नेम आहे?'

देव बोलत नाही असे पाहून खडक रागारागाने म्हणाला, 'छोटू, देव झाल्याबरोबर डोळे फिरले तुझे! अरे, माझ्या अंगाचा लहानसा भाग तू! देवकळा यावी म्हणून मी जर तुला ओढ्यात टाकलं नसतं–'

'चूप बैस दगडोबा!' देव ओरडून म्हणाला. 'कुठे देव आणि कुठे दगड! मी छोटा दगड नाही, मोठ्ठा देव आहे. माझा तुझा काय संबंध? मी स्वर्गात सिंहासनावर बसणारा! तू पृथ्वीवर मातीत लोळणारा!'

रात्री देवळातली शेजारती सुरू झाली.

भक्तगण देवाला निजवीत होता, छोटा दगड- छे देव- हा हा म्हणता निजला.

खडकाला मात्र रात्रभर झोप आली नाही. तो सारखा आतल्या आत संतापाने जळत होता.

पहाटेच्या प्रहरी मंदिराखालची जमीन हादरू लागल्याचा भास झाला. भक्त सैरावैरा धावले. पुजारी भयाने पळून गेला. जाताना देवाचे दागिने बरोबर घ्यायला मात्र तो विसरला नाही!

देव भिऊन ओरडू लागला, 'अरे खडका, अहो आजोबा–' खडक उत्तरादाखल फक्त हसला.

भूकंपाने नवे मंदिर कोसळून पडल्याची बातमी लवकरच जिकडेतिकडे पसरली. देवाला शोधण्याकरिता भक्त आले. पाहतात तो मंदिरासमोरील खडकाचे तुकडे

तुकडे झाले!

आणि देव?

त्या हजारो तुकड्यांच्या राशीत पडलेला तो छोटा दगड कुणालाही ओळखता येईना!

१९३३

■

दोन मेघ

दोघेही लगबगीने जात होते. धक्का लागताच त्यांनी एकमेकांकडे पाहिले.

दोन ढग होते ते!

पांढरा ढग वरवर जात होता; काळा खाली खाली येत होता. पांढऱ्या ढगाने काळ्या ढगाकडे तुच्छतेने पाहिले. क्षणभर थांबून तो उद्‌गारला,

'कुठे निघालास?'

'पृथ्वीवर. तू कुठे चाललास?'

'स्वर्गात!'

पांढरा ढग उड्डाण करणाऱ्या विमानाप्रमाणे वरवर जाऊ लागला. तो काळा ढग मोडलेल्या विमानाप्रमाणे भरभर खाली येऊ लागला.

पांढऱ्या ढगाने अभिमानाने मागे वळून पाहिले. किती सुंदर दिसत होता काळा ढग! त्याच्यातून लख्खकन चमकणारी ती वीज–

दिव्यत्वाचा साक्षात्कार होता तो! पांढऱ्या ढगाने स्वत:कडे निराशेने पाहिले. विजेचा पुसट चमकारासुद्धा तेथे दिसत नव्हता.

त्याने उत्सुकतेने वर पाहिले. लवकरच आपला स्वर्गात प्रवेश होणार या आनंदात त्याला काळ्या ढगातल्या त्या दिव्य तेजाचा विसर पडला.

थोड्या वेळाने त्याने वळून खाली पाहिले.

काळा ढग कुठेच दिसत नव्हता. मात्र धरणी स्नानमंदिरातून बाहेर पडणाऱ्या तरुणीसारखी दिसत होती, वृक्षलता गुदगुल्या झालेल्या बालकांप्रमाणे हसत होत्या आणि पाखरे झाडावर बसून आनंदाने आपली अंगे झाडीत होती.

पांढरा ढग स्वर्गाच्या दारात जाऊन पोहोचला. आपल्याला आत सहज प्रवेश मिळेल अशी त्याची कल्पना होती.

पण दारावरला रक्षक त्याला आत जाऊ देईना. तो सांगू लागला, 'आत एकच जागा रिकामी होती. पण ती नुकतीच भरली!'

आपल्या मागून येणारे पुष्कळ पांढुरके ढग या पांढऱ्या ढगाने पाहिले होते, तो आठवू लागला. छे! आपल्यापुढे कुणीच नव्हते!

पांढरा ढग भांबावून गेला. त्याने विचारले,

‘कुणाला मिळाली ती स्वर्गातली जागा?’

‘एका काळ्या ढगाला!’ रक्षक उत्तरला.

‘काळ्या ढगाला?’

‘हो. तापून गेलेल्या पृथ्वीला शांत करण्याकरिता त्यानं आपलं जीवन– सर्वस्व दिलं!’ आकाशवाणी झाली.

१९३९

■

नवी सृष्टी

'खरं काव्य' भगवान विष्णू आपल्या हातातील कमळ खेळवीत उद्गारले.

'तत्त्वज्ञान असावं तर असं' आपला विस्कळीत जटाभार सावरीत भगवान शंकर म्हणाले. मेघमाला पांगून आकाशगंगेचे दर्शन व्हावे त्याप्रमाणे त्यांच्या मस्तकावरील गंगा या वेळी दिसली. कुमार ब्रह्मदेवाने विनम्र मस्तकाने या स्तुतिसुमनांचा स्वीकार केला. आनंद व विनोद या दोघांचा त्याच्या हृदयात प्रेमकलह चालला होता. दोघेही तुल्यबल असल्यामुळे त्या कलहात कोणालाच पूर्ण यश मिळाले नाही.

'तुझी ही नवीन काव्यसृष्टी पाहून माझ्या हातातील कमल कसं प्रफुल्लित झालं आहे पाहा,' भगवान विष्णू आपली रसिकता दर्शवीत म्हणाले. 'ही सृष्टी यांना आवडली नसती तर यांच्या दुसऱ्या हातातील गदा माझ्याकडे रागाने बघू लागली असती!' असा विचार या वेळी ब्रह्मदेवाच्या मनात येऊन गेला.

'कुमार ब्रह्मदेव, तुझ्या या नवीन सृष्टीची कल्पना पुन्हा एकदा सांग पाहू,' भगवान शंकर गळ्याभोवती रुळणाऱ्या सर्पांच्या मृदू अंगावरून हात फिरवीत म्हणाले.

नंदनवनात वसंत ऋतू यावा त्याप्रमाणे ब्रह्मदेवाच्या मुखावर स्मित झळकू लागले. विष्णू व शंकर यांच्याकडे आळीपाळीने पाहत तो म्हणाला,

'स्वर्ग ही माझ्या कल्पनेची पहिली भरारी. या भरारीत मी देव निर्माण केले. पण या देवांना अमर करण्यात मोठी चूक झाली. वडील माणसांच्या समोर अधिक उणं बोलणं बरं नाही हे कळतं मला!' पण- पण- एकवार विष्णूकडे पाहून ब्रह्मदेवाने आपली दृष्टी दुसरीकडे वळविली.

'आलं, आलं माझ्या लक्षात. मी मोहिनीरूप घेऊन या देवांना अमृत मिळवून दिलं, याच्यावर कटाक्ष आहे तुझा!' विष्णू हसत हसत म्हणाले.

'अमृतामुळे उन्मत्त होऊन गेले आहेत सारे देव!' शंकर आवेशाने बोलले. त्यांचा एकएक शब्द मेघगर्जनेप्रमाणे वाटत होता. 'अमृत हाती आल्यापासून भीती हा शब्दच अमरावतीतून नाहीसा झाला आहे. काल काय गुरूची बायको चंद्रानं पळविली, उद्या काय नंदनवनात अप्सरांचा नंगानाच सुरू झाला. बेताल कारभार झाला आहे सारा! परवा माझं तांडवनृत्य पाहायला इंद्राला बोलावलं, तर तो उर्मट

उत्तर काय देतो, 'धांगडधिंगा म्हणजे नृत्य नव्हे. तुम्हाला खरं नृत्य पाहायचं असेल तर माझ्या रंभेची दासी पाठवून देतो तुमच्याकडे!' असा राग आला होता म्हणता या उन्मत्त इंद्राचा! ब्रह्मदेवा, तुझी सृष्टी बरं ही– तुझी सृष्टी! तुझ्याकडे पाहून शांत राहिलो मी! नाहीतर–'

'मला तरी कुठे आवडताहेत त्यांचे हे चाळे?' ब्रह्मदेव शंकराचे सांत्वन करण्याकरिता वीणामधुर स्वराने म्हणाला. 'अमृत प्यायचं आणि अप्सरांबरोबर विलास करायचे; यापलीकडे स्वर्गातल्या देवांना सुचतच नाही दुसरं काही. त्यांना कंटाळून कल्पनेच्या दुसऱ्या भरारीत मी पाताळ निर्माण केला. तिथल्या दैत्यांची तर या देवांवरही ताण! यांना अमृत मिळालं, त्यांना संजीवनी मंत्र जपणारा शुक्राचार्य सापडला! या दोन्ही सृष्टींचे कटू अनुभव लक्षात घेऊनच मी आता ही नवीन सृष्टी निर्माण करणार आहे?'

कमलपत्रावर संध्या रंगाने लिहिलेली आपली कल्पना ब्रह्मदेवाने विष्णू व शंकर यांच्यापुढे ठेविली.

नवीन सृष्टीचे नाव– मृत्युलोक. या लोकाची द्वारे दोन– जन्म व मृत्यू. पहिल्या द्वाराचे स्वामित्व ब्रह्मदेवाकडे व दुसऱ्याचे शंकराकडे द्यावे. आशा व भीती यांचे राज्य स्थिर करण्याकरिता ही द्वारे दोघांनीही आपापल्या इच्छेप्रमाणे अधूनमधून उघडावीत. कल्पतरूमुळे देव आळशी झाले. मृत्युलोकात तसे होऊ नये म्हणून सारी धान्ये, फळे, फुले, किंबहुना पाणीदेखील पृथ्वीच्या पोटातच राहील. जो श्रम करील त्यालाच सर्व सुखसाधनांचा लाभ होईल.

उत्कृष्ट, सुंदर वगैरे विशेषणांचा वर्षाव करता करता विष्णू व शंकर एकदम थांबले. 'या नव्या सृष्टीतले प्राणी- नाव काय म्हणाला होतास यांचं?' विष्णूंनी विचारले.

'मनुष्य–'

'या मनुष्यांना श्रमाचा कंटाळा नाही का येणार?' शंकरांनी पृच्छा केली. 'तांडवनृत्यानंतर शांभवी मिळाली नाही की, जीव गळून जातो अगदी माझा?'

'त्यांना श्रम दुःसह होऊ नयेत अशीही व्यवस्था केली आहे. रजनी, बाळ रजनी, इकडे ये पाहू जरा.'

ब्रह्मदेवाच्या आश्रमाभोवतालच्या तपोवनातून 'आले हं' असा मधुरध्वनी आला. स्वर्गातल्या सर्व अप्सरांच्या कंठातील कोमलता या साध्या शब्दांत अवतरली आहे असा विष्णू व शंकर यांना भास झाला. तो मधुरध्वनी वातावरणात विलीन झाला नाही तोच एक मुग्ध कुमारिका ब्रह्मदेवाकडे धावत आली. अर्धस्फुट कलिकांजवळ निःशब्द पावलांनी थांबणाऱ्या वायुलहरीप्रमाणे ती कुमारिका तेथे येऊन उभी राहिली. तिने आकाशाच्या रंगाचे सुंदर वसन परिधान केले होते. त्या वस्त्रात कशिद्याच्या

रूपाने सर्व तारामंडळ प्रतिबिंबित झाले असावे! त्या कुमारिकेच्या मस्तकावरील घनदाट केशकलाप, त्या केशभाराच्या पुढे चंद्रकलेप्रमाणे चमकणारे पिंपळपान, त्या पिंपळपानाच्या खाली मंगळासारखा शोभणारा कुंकुमतिलक, यांच्यामध्ये सौंदर्याबद्दल जणू काय चढाओढच लागली होती! निशिगंधाच्या शय्येवरून ती नुकतीच उठली असावी असे तिच्या अंगावरून येणारा सुगंधी वायू सुचवीत होता. तिच्या स्निग्ध दृष्टीत चंद्रिका आणि हातातल्या कमल-कलशात दवबिंदू होते. तिच्या अधरोष्ठावर मातृहृदयातली वत्सलता प्रतिबिंबित झाली असून, ती वरच्या ओष्ठावर विहार करणाऱ्या बालकाच्या निर्व्याजतेला एकसारखी खेळवीत होती.

'रजनी, मी शिकवलेलं निद्रागीत येतं ना आता तुला? यांना जरा म्हणून दाखीव पाहू.' ब्रह्मदेव वत्सल दृष्टीने रजनीकडे पाहत म्हणाले.

रजनी गाऊ लागली. तिच्या स्वरात मंदाकिनीचे जल झुळझुळत होते. निद्रागीताच्या प्रत्येक नव्या शब्दाबरोबर मधुर सुराची एक नवीनच सृष्टी निर्माण होई. जिकडेतिकडे फुलेच फुले फुलली. चांदणेच चांदणे नाचू लागले.

रजनीचे गीत संपून घटका होऊन गेली तरी विष्णू व शंकर यांची आनंदसमाधी उतरली नाही.

रजनी तपोवनात परत निघून गेल्यावर ब्रह्मदेव म्हणाला, 'निद्रागीताचा हा ब्रह्मानंद मृत्युलोकात प्रत्येकाला प्रत्येक दिवशी मिळणार आहे. मनुष्यांना मरेपर्यंत काम करावे लागले, तरी त्यांना पुनर्जन्म देण्याचे सामर्थ्य रजनीच्या मधुर स्वरात आहे.' विष्णू व शंकर या दोघांनीही माना डोलावून या विधानाला संमती दिली. ब्रह्मदेव उत्साहाने पुढे म्हणाला, 'आपणा तिघांखेरीज कुणाही देवाचा अगर दैत्याचा या नव्या सृष्टीत प्रवेश होणे इष्ट नाही. स्वर्ग आणि पाताळ ही माझ्या कल्पनेची सुंदर अपत्यं खरी; पण लाडानं ती पुरी बिघडून गेली. त्यांचा वारासुद्धा या पृथ्वीला लागू देता कामा नये. जन्ममृत्यूची द्वारं मी व भगवान शंकर सांभाळतो. इतर व्यवस्थेवर भगवान विष्णूंची कृपादृष्टी असावी. भगवान महेश्वरांनी क्षमा करावी, पण बोलल्यावाचून राहवत नाही. मृत्यूच्या दारातून हलाहल अथवा दुसरं काही मधेच मृत्युलोकात शिरणार नाही याची काळजी—'

'कसलीही काळजी करू नकोस तू' भगवान शंकर म्हणाले. विष्णू हसत हसत उद्‌गारले, 'तुझं अपत्य म्हणजे माझं नातवंड. तेव्हा त्याला मी जिवापेक्षा अधिक जपेन हे सांगायलाच नको.'

'क्षीरसागरातून मृत्युलोकात जाण्याकरिता मी एक गुप्तद्वारही ठेवतो आपणासाठी.' ब्रह्मदेव विष्णूंना वंदन करीत आनंदाने म्हणाला.

***

ब्रह्मदेवाची नवीन सृष्टी सुरळीत सुरू झाली. प्रत्येक मनुष्याला पोटाकरिता राबावे लागत असल्यामुळे रिकामटेकडा हा शब्दच या सृष्टीत कुणाला ठाऊक नव्हता. दिवसाचे श्रम रजनीच्या निद्रागीताने हलके झाले की, माणसे पुन्हा हौसेने श्रम करू लागत. जो तो आपापल्या उद्योगात निमग्न असल्यामुळे आळस व विलास यांच्यावर नकळत मृत्युलोकाने बहिष्कार घातला. जन्म व मृत्यू या दोन पडद्यांमधील रंगभूमीवर आपण काम करीत आहो ही जाणीव प्रत्येकाच्या अंत:करणात जागृत असल्यामुळे स्वत:च्या जीवितनाटकाला अवास्तव महत्त्व कुणीच देत नव्हते. नट या दृष्टीने आपण आपले काम चांगले करावे, पण युगानुयुगे आपल्याला काही हीच भूमिका करायची नाही या भावनेमुळे केव्हाही कुणाच्याही हातून अन्याय घडत नसे.

भगवान विष्णू या नव्या सृष्टीच्या पालनाचे कार्य करण्याकरिता वारंवार मृत्युलोकात येऊन जाऊ लागले. पूर्वीपेक्षा आपले पतिराज अधिक वेळ मंदिराबाहेर घालवू लागले हे लक्ष्मीच्या लक्षात यायला फारसा वेळ लागला नाही.

एके दिवशी पाय चुरता चुरता तिने हळूच विष्णूंना प्रश्न केला. पण 'जातो झालं शंकराकडे शिळोप्याच्या गप्पा मारायला' असे उत्तर देऊन विष्णूंनी तिच्या प्रश्नाची बोळवण केली. लक्ष्मीने गरुडाला छेडून पाहिले; पण मृत्युलोकी जाताना विष्णू आपल्या वाहनाचा उपयोग करीत नसल्यामुळे त्या बिचाऱ्याला काहीच सांगता येईना.

'पाताळातून स्वर्गात अमृत नेल्याची बढाई मात्र ऐकून घ्यावी याची!' असे पुटपुटत लक्ष्मी विचार करू लागली. आपले पती एखाद्या देवतेच्या अथवा अप्सरेच्या पाशात तर सापडले नसतील ना? स्त्रियांचा राग मत्सराच्या वाऱ्याने क्षणार्धात भयंकर भडकतो. लक्ष्मीने रागारागाने विष्णूंना पुन्हा छेडले.

'तुझे भाऊ हे शंख रिकामे बसले आहेत घरी त्यांना कुठे उद्योग मिळेल का पाहतोय', असे तिला विष्णूंनी हसत पुन:पुन्हा उत्तर दिले.

माहेरची निंदा कोणती स्त्री आनंदाने ऐकून घेईल? विष्णूंच्या या उत्तराने लक्ष्मी अधिकच चिडून गेली.

पतीमागून गुप्त रीतीने गेल्याखेरीज या रहस्याचा उलगडा होणार नाही असे ठरवून एके दिवशी तिने त्या मार्गाचा अवलंब केला. मृत्युलोकाच्या गुप्तद्वारातून आत जाऊन ते लावण्याकरिता विष्णू मागे वळून पाहतात तो लक्ष्मी उभी!

'तू कशाला आलीस इथे?' ते आश्चर्याने उद्‌गारले.

'पतीच्या पावलावर पाऊल टाकून जाणं हा पत्नीचा धर्मच आहे.' त्या दारातून आत पाऊल टाकीत लक्ष्मीने उत्तर दिले. मृत्युलोकात आपणा तिघांखेरीज कुणाचाही प्रवेश होऊ द्यायचा नाही हे ब्रह्मदेवाचे तत्त्व विष्णूंच्या डोळ्यांपुढे उभे राहिले, पण त्यांना एकदम लक्ष्मीला मागे लोटवेना! तिची समजूत घालून तिला परत पाठविण्याचा

ते विचार करीत होते; इतक्यात तिने त्यांच्या स्कंधावर आपले सुंदर मस्तक ठेवून अशा मधुर दृष्टीने त्यांच्याकडे पाहिले की, तिला वाईट वाटेल असा एकही शब्द तोंडातून बाहेर काढण्याचा त्यांना धीरच झाला नाही.

पतीबरोबर फिरून लक्ष्मीने सर्व मृत्युलोक पाहिला. तिच्या भावांची शंख म्हणून हेटाळणी करून त्यांना देवांनी स्वर्गातून व दैत्यांनी पाताळातून हाकलून दिले होते. या नव्या सृष्टीतले सर्व लोक अष्टौप्रहर आपापल्या उद्योगात निमग्न असल्यामुळे देवदैत्यांप्रमाणे ते आपल्या भावांचा अपमान सहन करणार नाहीत अशी कल्पना तिच्या मनात येऊन गेली. सागरमंदिरात परत जाताना तिने आपल्या सर्व भावांना एकत्र जमविले आणि त्यांना या नव्या सृष्टीची माहिती सांगितली. सागराने विष्णूंना घरजावई केल्यामुळे बापावर क्रुद्ध झालेल्या शंखांना घर सोडून बाहेर कुठेतरी जावे असे नेहमीच वाटे. लक्ष्मीकडून मृत्युलोकाची माहिती मिळताच तेथे जाण्याकरिता ते सर्व इतक्या मोठ्याने ओरडू लागले की, त्या दंग्याने विष्णू जागे होऊन आपले कारस्थान उघडकीला येईल अशी भीती लक्ष्मीच्या मनात उत्पन्न झाली. 'आम्हाला मृत्युलोकातील राजे कर' म्हणून सर्व शंख लक्ष्मीच्या पाठीमागे लागले. मृत्युलोकातील नियमांप्रमाणे आपल्या भावांना राबावे लागू नये अशी लक्ष्मीचीही इच्छा होती. तिने बराच वेळ विचार केला. शेवटी रत्नांनी भरलेले हारे सर्व शंखांच्या डोक्यावर देऊन त्यांच्यासह तिने मृत्युलोकात प्रवेश केला. शंखांना या नव्या सृष्टीत सुरक्षितपणे पोहोचवून ती परत आली. आल्यावर तिने विष्णूंच्या सेवेला आरंभ केला. तिच्या मोहक सेवेने विष्णू इतके प्रसन्न झाले की, तिला सोडून सागराबाहेर जाणे त्यांच्या अगदी जिवावर येऊ लागले.

***

आपली नवी सृष्टी स्वर्ग आणि पाताळ यांच्यापेक्षा अधिक सुखी आहे या कल्पनेत कुमार ब्रह्मदेव गुंग असताना, एके दिवशी रजनी त्यांच्याकडे स्फुंदतच आली. साऱ्या मृत्युलोकाला आनंदी करणारी रजनी रडू लागलेली पाहून त्याला अत्यंत आश्चर्य वाटले. रजनीला जवळ घेऊन तिच्या पाठीवरून प्रेमाने हात फिरवीत ब्रह्मदेव तिच्या मुखाकडे पाहू लागला. आवेग ओसरल्यानंतर रजनी म्हणाली, 'आजपासून मी पुन्हा पाऊल टाकणार नाही मृत्युलोकात!'

'ते का?' ब्रह्मदेवाच्या स्वरात मूर्तिमंत आश्चर्य उतरले होते.

'तिथे माझं गाणं कुणी ऐकेनासंच झालं आहे.'

'म्हणजे? विष्णू व शंकर यांनासुद्धा मोहिनी घालणारं तुझं गाणं कुणी ऐकत नाही असं कसं होईल?'

'झालंच आहे की तसं! निद्रागीत आळवून माझा कंठ सुकला तरी मृत्युलोकातली

माणसं अंथरुणावर तळमळत पडू लागली आहेत!'

'तळमळण्याचं कारण काय त्यांना?'

'कारणं काय थोडी आहेत? पोटात घासभरदेखील अन्न नसल्यामुळे कितीतरी माणसं तडफडताहेत!'

'अन्न नाही असं कसं होईल?'

'लोक अन्न विकून टाकू लागले आहेत आपलं!'

'कुणाला?'

'ते लक्ष्मीचे भाऊ– शंख तुमचे मामाच म्हणानात.'

'त्यांचा प्रवेश झाला का मृत्युलोकात?' निराशेने कपाळावर हात मारीत ब्रह्मदेव उद्गारले.

'ते नुसते आले असते तरी चाललं असतं. पण त्यांनी रत्नांच्या राशीच्या राशी आणल्या आहेत आपल्याबरोबर. साऱ्या माणसांना त्यांची भूल पडली अन् मारामारी करून, फार काय पोटाचं अन्न विकूनसुद्धा माणसं ती रत्नं घेऊ लागली. त्या रत्नांमुळे नाही नाही त्या गोष्टी घडू लागल्या आहेत मृत्युलोकात. रत्नं जवळ असली की, शंखांप्रमाणे स्वस्थ पडून राहायला मिळतं, म्हणून सर्वच लोक रत्नांच्या पाठीमागे लागले आहेत. काम करण्यापेक्षा श्रीमंत होण्यात सुख आहे असं वाटू लागलं आहे प्रत्येकाला.'

ब्रह्मदेवाने रजनीकडे पाहून सुस्कारा सोडला. रजनी पुढे सांगू लागली, 'निद्रागीताकडे लक्षच नाही देत कुणी आता! ज्यांनी रत्नं मिळवली आहेत त्यांना ती कुणीतरी चोरून नेईल या भीतीनं झोप येत नाही. ज्यांना ती मिळत नाहीत त्यांना आळशी श्रीमंतांसाठी काम करावं लागतं! त्यामुळे त्यांनाही सुखाची झोप मिळत नाही. या रत्नांमुळे माणसांची शरीरं खंगली, मृत्युलोकात चोऱ्या आणि खून होऊ लागले, त्या शंखांची बहीण दारू घरोघर तोऱ्याने मिरवू लागली! तरुणींचं काव्यमय प्रेमसुद्धा रत्नं दिसल्याशिवाय बसत नाही आणि बसलं तरी पुढे रत्न असल्याशिवाय टिकत नाही अशी स्थिती आली. अशा मृत्युलोकात प्रत्येक दिवशी उगीच घसा कोरडा करायला जाण्यात काय अर्थ आहे?'

ब्रह्मदेव चिंतामग्न होऊन रजनीच्या बोलण्याचा विचार करू लागला. इतक्यात वीरभद्र भगवान शंकराचा निरोप घेऊन आला. 'मृत्यूच्या द्वारावर हल्ली आतून लाखो माणसं धडका देऊ लागली आहेत! दार उघडलं तर सारीच माणसं बाहेर पडून तुझी सृष्टी शून्य होण्याचा संभव आहे.'

डोळ्यांतले अश्रू पुशीत ब्रह्मदेव विष्णूंकडे गेला.

***

पण विष्णू पडले लक्ष्मीच्या मुठीत! ब्रह्मदेव लक्ष्मीला वंदन करून म्हणाला, 'मातुश्री, तुमचे बंधू शंख आणि त्यांची रत्नं यांनी माझ्या मृत्युलोकात धुमाकूळ मांडला आहे. त्यांना तेथून घेऊन याल तर त्यांच्यासाठी स्वतंत्र सृष्टीसुद्धा मी निर्माण करून देईन.'

मृत्युलोकात शंखांचे बस्तान उत्तम बसले होते. लक्ष्मीने उत्तर दिले, 'कुमार ब्रह्मदेव, माझे भाऊ आपलं राज्यपद सोडून काही या सृष्टीतून आता बाहेर पडणार नाहीत.'

ब्रह्मदेव जड अंत:करणाने शंकराकडे गेला. पदोपदी मृत्युद्वार खडखडावून माणसे शंकरांना त्रास देत होती. शंकरांनी हा त्रास चुकवण्याकरिता मृत्युलोकात हलाहल पाठविण्याचे ठरविले. त्याला संमती देऊन ब्रह्मदेव आश्रमाकडे परत आला. तपोवनातून रजनीचा मधुर स्वर ऐकू येत होता. निद्रागीतच होते ते. ते ऐकता ऐकता सोसाट्याच्या वाऱ्याचे झुळकेत रूपांतर झाले आणि वेलीवर फुललेल्या फुलांच्या जागी कळ्या दिसू लागल्या. त्या कळ्यांकडे पाहता पाहता या दिव्य आनंदाला मुकलेल्या मृत्युलोकाचे स्मरण होऊन ब्रह्मदेवाच्या डोळ्यांतून अश्रुधारा वाहू लागल्या.

१९३१

■

स्वप्ने

त्यांचे हात एकमेकांच्या गळ्यात होते. त्यांचा श्वास एकरूप होत होता. पण त्यांची मने?

तो स्वप्नात पाहत होता– आपली एक बाग आहे. तिच्यात जिकडेतिकडे कळ्याच कळ्या दिसत आहेत. फूल मात्र एकही नाही. या साऱ्या कळ्या उमलल्यावर त्या सुगंधाने मोहित होऊन सारे जग आपल्या बागेकडे धाव घेईल याविषयी त्याला शंका नव्हती.

कुणीतरी एक रमणी त्या बागेत शिरली. 'कुणाच्या परवानगीने तुम्ही आत आलात?' असा प्रश्न आपल्या अगदी ओठावर आला. पण असला उद्धट प्रश्न सुंदर स्त्रीला कुणीतरी तरुण पुरुष विचारू शकतो का?

ती रमणी बागेत फिरू लागली. आपली केशभूषा करण्याकरिता तिने कितीतरी कळ्या खुडल्या. आपल्याला वाटले– खुडून खुडून किती कळ्या खुडील ही? तिच्या सुंदर मुखाकडे मुग्धपणाने पाहत आपण स्वस्थ बसलो.

हा हा म्हणता तिच्याभोवती बालके जमली. त्या स्त्रीने ती कुठून आणली कुणाला ठाऊक! पण त्या साऱ्या पोरांनी बागेतल्या कळीन् कळीचा चोळामोळा करून टाकला.

त्या स्त्रीचा विलक्षण राग आला आपल्याला. वाटले, कुठून तरी विष आणावं आणि ते तिला पाजून–

याच क्षणी तिच्याही स्वप्नात ती एका पुरुषावर अशीच चिडून गेली होती. कुठून तरी विष आणून ते त्याला पाजावे हाच विचार तिच्या मनात आला होता. त्याला कारणही तसेच होते.

आपल्या मंदिरात जगाला वेड लावील अशी रतीची मूर्ती घडविण्यात ती गढून गेली होती. इतक्यात कोणीतरी पुरुष तिच्याजवळ आला. किती मोहक होता तो! 'कुणाच्या परवानगीने तुम्ही आत आलात?' असा प्रश्न अगदी तिच्या ओठावर आला. पण असला उद्धट प्रश्न सुंदर पुरुषाला कुणीतरी तरुण स्त्री विचारू शकते का?

तो पुरुष खाली पडलेली हातोडी घेऊन आपली मूर्ती विद्रूप करीत आहे याची

प्रथम कल्पनाही आली नाही तिला. मग मात्र- मूर्तीकडे दृष्टी जाताच तिला त्याचा मनस्वी राग आला. पण त्याच्याकडे पाहताच तो राग कुठल्या कुठे पळून गेला.

हा हा म्हणता त्या मूर्तीभोवती बालकेही जमली. त्या पुरुषाने ती कुठून आणली कुणाला ठाऊक! प्रत्येक बालक ती हातोडी घेई आणि छिन्नविच्छिन्न झालेली ती रतीची मूर्ती अधिकच विद्रूप करून टाकी. त्या पुरुषाचा आता असा विलक्षण राग आला तिला! तिला वाटले– कुठून तरी विष आणावं आणि ते त्याला पाजून–

त्याच्याप्रमाणे तिचेही स्वप्न इथेच भंग पावले होते. ती थरथर कापत असलेली पाहून त्याने विचारले, 'अशी कापतेस का? काय दिसलं तुला स्वप्नात?'

'तुम्हाला कुणीतरी विष–' पुढे तिला बोलवेना. तिने भीतीने त्याला घट्ट मिठी मारली.

तो म्हणाला, 'मलाही तसलंच स्वप्न पडलं एक. कुणीतरी तुला विष– भित्री कुठली! तुला आणि मला कुणी विष घातलं म्हणून आम्ही मरणार आहेत की काय?'

त्याच्या म्हणण्याचा रोख तिच्या लक्षात आला नाही. पण त्याच्या हसऱ्या शब्दांनी तिची भीती मात्र नाहीशी झाली.

तो हसत हसत म्हणाला, 'आपल्या जवळ अमृत आहे की!'

'कुठे?' असा प्रश्न तिने डोळ्यांनी केला. या प्रश्नाचे उत्तर त्याने ओठांनी दिले.

त्या अमृताच्या चिमुकल्या पेल्यात ती विषारी स्वप्नेच काय, पण त्यांची सर्व दुःखे बुडून गेली.

१९३८

■

दोन चित्रकार

एकाच रमणीवर दोन चित्रकारांचे प्रेम बसले.

त्या दोघांमधून कुणाची निवड करावी हे काही केल्या तिला कळेना.

दोघांचाही स्वभाव द्राक्षासारखा गोड होता.

दोघांचीही कला विजेप्रमाणे आपली चमक दाखवीत असे.

दोघांचे रूप– जणूकाही ब्रह्मदेवाने एकाच मूर्तीची दोन चित्रे काढली होती.

***

रमणीच्या मैत्रिणींनी तिला सांगितले, ‘एखादा पण लाव. तुझा पण जो जिंकील त्यालाच माळ घाल तू!’

पण कसला लावायचा?

धनुष्यभंगाचा? छे! कुंचल्यापेक्षा अधिक जड वस्तू त्या दोघांपैकी एकानेही उचलली नव्हती!

मत्स्यभेदाचा पण?

दोघेही चित्रकार पडले. मत्स्यभेदाऐवजी मत्स्याच्या सुंदर डोळ्यांकडेच पाहत बसायचे ते!

खूप विचार केल्यानंतर तिला एक कल्पना सुचली.

तिने दोघांनाही बोलावून आणून सांगितले, ‘एक चित्र हवंय मला!’

‘एक? चित्रांच्या पायघड्यांवरून हवी तर पृथ्वीप्रदक्षिणा कर.’ पहिला उद्‌गारला.

दुसऱ्याने प्रश्न केला, ‘कसलं चित्र हवं?’

‘सायंकालाचं!’

दोघेही चित्रकार सायंकालाचे चित्र काढण्याकरिता जवळजवळ बसले होते. दोघांनाही त्या रमणीच्या रसिकतेचे कौतुक वाटले. त्यांची कलादृष्टी म्हणत होती– सायंकाल हे निसर्गाचे सर्वांत रमणीय चित्र आहे.

मधुर संध्यारंग झरझर बदलत होते. जणूकाही अल्लड तरुणीच्या हृदयातल्या प्रणयाच्या भावनाच!

सूर्याची प्रखरता अणुमात्रसुद्धा जाणवत नव्हती. रंगमहालाच्या दारात पराक्रमी

पुरुषाच्या मुद्रेवर कधी कुणी उग्रटपणाची छटा पाहिली आहे का?

पाखरांचे थवेच्या थवे घरट्याकडे परतत होते! आनंदाच्या लहरी साकार झाल्या तर अशाच दिसणार नाहीत का?

दोघेही कलावंत मधुर कल्पनातरंगावर विहार करीत संध्यासौंदर्य उत्सुकतेने पाहत होते.

वाऱ्याने गळून पडलेले एक पान उडत उडत पहिल्या चित्रकाराच्या अंगावर येऊन पडले. समोरच्या सुंदर दृश्याशी ते अगदी विसंगत आहे असे त्याला वाटले. त्याने रागाने त्याचा चोळामोळा करून टाकला. पलीकडून एक मेंढरांचा कळप उड्या मारीत जाऊ लागला. एक म्हातारा काळाकुट्ट धनगर भसाड्या आवाजाने गात गात त्या कळपामागून आला. त्याच्या हातात काहीतरी होते. पण ते काय आहे हे दिसण्याच्या आधीच पहिला चित्रकार ओरडला, 'ए थेरड्या, मोठा गवई लागून गेलायस की नाही गायला!'

म्हातारा चपापला. चटकन पाठ फिरवून हा हा म्हणता तो दिसेनासा झाला.

***

मखमली आवरणांनी आच्छादलेली दोन चित्रे रमणीच्या महालात आली. दोन्ही चित्रकार आपापल्या चित्राजवळ उभे राहिले. हातात एक पुष्पमाला घेऊन रमणी पुढे झाली. तिचे हातच नव्हे, तर हृदयही कंपित होत होते.

पहिल्या चित्रकाराने आपल्या चित्रावरील आवरण दूर केले.

चित्राचे नाव 'रंगनाथ' होते. सायंकालीन सूर्य रासक्रीडा करीत आहे, विविध रंगांनी रंगलेल्या मेघमालिका गोपीप्रमाणे त्याच्याभोवती फेर धरून नाचत आहेत, संध्याकाळी घराकडे परतणारी गुरे ही जणूकाही या रंगनाथाच्या वेणुवादनाने मोहित होऊनच धावत आहेत–

सायंकालातली सर्व अद्‌भुतरम्यता त्याच्या कुंचल्याने आपल्या जादूने वश करून घेतली होती.

दुसऱ्या चित्रकाराने भीतभीतच आपल्या चित्रावरले आवरण दूर केले.

त्याच्या चित्राचे नाव होते 'श्यामसुंदर.'

चित्रात रमणीय सायंकाल कुणाकडेतरी प्रेमाने पाहत आहे, असा भास होत होता. ती मूर्ती एका म्हाताऱ्या धनगराची होती. दाढी वाढलेली, लंगोटी लावलेली अशी ती व्यक्ती पाचोळ्यातून सावकाश जात होती.

त्या धनगराने एक कोकरू पोटाशी कवटाळून धरले होते. पुढे जाणाऱ्या कळपातून एक शेळी मागे वळून पाहत होती. तीच त्या चिमण्या जीवाची आई असावी!

रमणीने दुसऱ्या चित्रकाराच्या गळ्यात पुष्पमाला घातली. लगेच पहिल्याकडे वळून ती म्हणाली, 'किती सुंदर चित्र आहे तुमचं...! भाऊबिजेला ओवाळणी म्हणून ते मला द्यायला हवं हं!'

१९३८

■

परीस

आपण देव आहो असे त्याला नेहमीच वाटे. पण जगात चमत्कारावाचून नमस्कार नाही आणि नमस्कारावाचून देवपण नाही!

तो कधी उन्हाने उजळला नाही की, चांदण्यात चमकला नाही.

मुसळाएवढ्या धारा पडोत नाहीतर लिंबाएवढ्या गारा पडोत, या स्वारीचा मौनव्रताचा कधीच भंग झाला नाही.

अणकुचीदार दगड त्याची थट्टा करीत, 'अगदीच शेळपट आहेस तू!'

एक गोफणगुंडा त्याच्याजवळून भिरभिरत गेला; पण तो काही जागचा हलला नाही.

एकदा त्याने पाझरलेला चंद्रकांत पाहिला! पण तो स्वत: क्षणभरसुद्धा द्रवला नाही.

काळपुरुष कवायतीतल्या शिपायाप्रमाणे पावले टाकीत चाललाच होता.

***

एके दिवशी रस्त्याने काही कैदी चालले होते. उन्हातून फुललेले निखारे पडत होते नुसते! विसाव्याकरिता ते कैदी या दगडाच्या अवतीभोवती असलेल्या झाडाखाली बसले. एक कैदी गाऊही लागला. त्या गाण्याला ना चाल ना ताल. पण सारे कैदी आनंदाने डोलू लागले. त्यांच्यावरला शिपाईही आपण कैद्यांवर पहारा करीत आहोत हे विसरून गेला.

प्रेमगीत होते ते. त्या गाण्यातील प्रियकर म्हणत होता, "सखे, मी पूर्वी लोखंडासारखा होतो; पण तुझा स्पर्श होताच माझे जीवन सुवर्णमय होऊन गेले!"

मोठ्या रंगात येऊन गाणे ऐकणाऱ्या एका कैद्याने आपल्या हातातले खोरे सहज उचलले आणि हळूच जमिनीवर आपटले. खणकन आवाज झाला. त्या आवाजाने दचकून सारे पाहतात तो खोरे पिवळे दिसू लागलेले! एकाने, दुसऱ्याने, तिसऱ्याने, प्रत्येकाने, आपले खोरे त्या दगडाला लावले. प्रत्येक खोऱ्याचे सोने झाले. 'देव, देव!' सारे कैदी आनंदाने उद्‌गारले.

लोखंडाचे सोने करणारा तो दगड मिळविण्याकरिता जो तो कैदी धडपड करू

लागला. अर्ध्या घटकेपूर्वी जिथे गाणे रंगले होते, तिथे आता कण्हणे ऐकू येऊ लागले. एकमेकांच्या डोक्यांत खोरी घालून सारे कैदी मरणाची वाट पाहत जमिनीवर पडले. शिपायाने तो दगड हळूच उचलला आणि आपल्या खिशात घातला.

***

शिपायाच्या बायकोला तो दगड विळीला लावून पाहण्याचा मोह आवरला नाही.

सोन्याची विळी घरात ठेवून काय करायची? शिपाई ती सराफकट्ट्यावर घेऊन गेला.

प्रत्येक सराफाने त्या सोन्याचा कस पाहिला. अगदी बावनकशी सोने होते ते! पण प्रत्येकाला एकच कोडे पडले. कुबेराच्या मंदिरातसुद्धा सोन्याची विळी नसेल! मग या य:कश्चित शिपायापाशी ती कुठून आली?

प्रत्येकाने ती सोन्याची विळी लोखंडाच्या भावाने मागायला सुरुवात केली. शिपाई चिडून गेला. शेवटी एका सराफाने कोतवालाला बोलावून आणले. विळी कोतवालीत आणि शिपाई कोठडीत गेला.

***

सप्-सप्-सप्-

फटके बसत होते; पण शिपाई हसत होता. पाठीच्या चिंधड्या झाल्या; पण त्याने आपले शिवलेले तोंड काही उघडले नाही.

त्याच्या बायकोला त्याच्यासमोर आणून उभे केले. पुन्हा फटके सुरू झाले.

रक्ताच्या चिळकांड्या उडाल्या. बाईचे मनही उडाले. पदरात बांधलेला दगड कोतवालाकडे भिरकावून ती ओरडली, ''हे घ्या ते भूत! सोडा माझ्या नवऱ्याला!''

त्या बाईच्या मूर्खपणाला परीस मनातल्या मनात हसला. देवाला कुणी भूत म्हणतं का?

बाईने फेकलेला परीस कोतवालाच्या कपाळावरच बसला. पण खोकेतून रक्त वाहत असतानाच त्याने खिशातला किल्ल्यांचा घोस काढला. प्रत्येक किल्ली दगडाला लावताच सोनेरी होई. कोतवाल आनंदाने नाचू लागला. आपल्याला खोक पडली आहे याचे भानही राहिले नाही त्याला!

कोतवालाच्या घरी त्याचे दोघे भाऊ होते.

पहिल्या भावाने परीस हातात घेऊन तो प्रत्येक लोखंडाच्या वस्तूला लावायला सुरुवात केली. खिळे सोनेरी झाले. गज सोनेरी बनले. कुलपे सोनेरी झाली. कोतवालाचे घर हे कुबेराच्या नगरीतले सुवर्ण-मंदिर बनले! आपल्या सोनेरी दाराकडे

अभिमानाने पाहत तो भाऊ विचार करू लागला, 'घरातल्या साऱ्या वस्तू सोन्याच्या झाल्या. आता या परिसाचा काय उपयोग? छे! माझं शरीरसुद्धा लोखंडाचं असतं तर किती बरं झालं असतं! हा दगड लावून मी ते सोन्याचं केलं असतं!' घरात जिचे सोने करता येईल अशी एकही वस्तू राहिली नाही म्हणून तो दुःखी झाला. वेड लागले त्याला!

दुसऱ्या भावाच्या बायकोला वाटले– घरातल्या सर्व वस्तू सोन्याच्या झाल्या. पण परीस पडला थोरल्या दिराच्या ताब्यात, त्यामुळे लोक काही झाले तरी आपल्या नवऱ्यापेक्षा त्यालाच अधिक मान देणार!

ती मत्सराने जळफळू लागली. एके दिवशी थोरल्या दिराच्या दुधात तिने हळूच विष घातले. दुसरे दिवशी भावजयीने दिराचा खून केल्याचा खटला ऐकायला न्यायमंदिरात लोकांची विलक्षण गर्दी झाली.

न्यायाधीशाच्या पुढे चटकन सर्वांना दिसेल असा एक छोटा दगड का ठेवला आहे हे कोडे प्रेक्षकांपैकी कुणालाच सुटले नाही.

कोतवालाच्या भावजयीने आपण विष घातल्याचे कबूल केले.

'या कामात तुला कुणी मदत केली?' न्यायाधीशांनी प्रश्न केला. तिने त्या दगडाकडे बोट दाखविले. न्यायाधीश चकित झाले. तिने रडत रडत त्या दगडाची कुळकथा सांगितली.

या दगडाचा स्पर्श होताच लोखंडाचे सोने होते!

हा दगड एक घटकाभर तरी आपल्याला मिळावा अशी इच्छा प्रेक्षकांच्या मनात उत्पन्न झाली.

न्यायाधीशांना दिव्य दृष्टी आहे अशी सर्वांची श्रद्धा होती. ते काय निर्णय देतात इकडे प्रत्येकाचे लक्ष लागले.

परिसाकडे आशाळभूत दृष्टीने पाहत न्यायाधीश म्हणाले, "दगडाच्या रूपानं देव जगात वावरत असतो! या देवाची पूजा मी माझ्याच घरी–"

परीस ओरडला, "मी दगड नाही, मी देव नाही, मी राक्षस आहे!"

१९३९

■

मरणात खरोखर जग जगते

लहानसे खेडे होते ते! त्यातल्या बाळगोपाळांनी हत्ती तर कधीच पाहिला नव्हता! जमीनदारांचा अजय शिल्पकला शिकायला राजधानीला गेला होता. त्याने तेथे श्रीमंतांच्या बायका पायाला मेंदी लावतात असे एकदा कुणाला तरी सांगितले. पाणवठ्यावर एकमेकींना ही गोष्ट सांगून आणि पोटभर हसून कितीतरी दिवस त्या गावातल्या बायकांनी आपली करमणूक करून घेतली.

अजय शिल्पकार होऊन गावात राहायला आला. पण आपल्या कलेकडे काही केल्या त्याचे लक्ष लागेना. 'या खेडेगावात पुतळा करण्यासारखे सुंदर आहे तरी कोण?' असा प्रश्न तो आपल्या मित्रांना विचारी. श्रीमंतांच्या प्रश्नांना बहुधा उत्तरे द्यायची नसतात आणि दिलीच तर ती अनुकूलच असावी लागतात. पण शेवटी एक मित्र धीर करून अजयला म्हणाला, "तुझ्या आईचा तरी पुतळा कर की!"

अजयने कपाळाला आठ्या घातल्या. त्या मित्राने आपली थट्टा केली असे त्याला वाटले. ओणवी झालेली, तोंडाला सुरकुत्या पडलेली, केसांचा कापूस झालेली अशी होती त्याची आई! त्याने रागानेच मित्राला उत्तर दिले– "माझ्या आईपेक्षा तुझ्या खापरपणजोबांचाच पुतळा अधिक चांगला होईल!"

खेड्यातल्या एकुलत्या एक रस्त्यावर रंगाने काळीसावळी पण डोळ्यांनी तेजस्वी अशी कितीतरी बाळे वेळी-अवेळी नाचत असत. पण त्यांच्याकडे अजय तिरस्काराने पाही. डोक्यावर घागरी घेऊन डुलत डुलत पाणवठ्यावरून परतणाऱ्या खेडवळ तरुणी तर त्याला कुरूपच वाटत. त्याला त्या खेडेगावात कुठेच सौंदर्य आढळेना. त्याची शिल्पकला मुकीच्या मुकी राहिली.

एके दिवशी त्या खेड्यात आनंदाच्या लाटांवर लाटा उचंबळू लागल्या. सण नव्हता की हंगामाचे दिवस नव्हते! काही नव्हते. पण धर्मशाळेत विनय नावाचा एक प्रवासी उतरला होता. कितीतरी बाहुल्या होत्या त्याच्यापाशी. धर्मशाळेजवळ खेळत असलेल्या मुलांना आपणहून त्याने त्या दिल्या. त्या मुलांनी दुसऱ्या मुलांना बोलावून आणले. त्यांनाही बाहुल्या मिळाल्या. झाले, त्या चिमुकल्या तारायंत्राकडून गावात देवबाप्पा आल्याची बातमी घरोघर पोहोचली. कितीतरी आजोबा पंचासुद्धा न

गुंडाळता तसेच धावत आले. पाण्याला गेलेल्या बायकांना वाटेतच ही बातमी कळली. भरलेल्या घागरी डोक्यावर घेऊन त्या तशाच धर्मशाळेकडे वळल्या. त्या प्रवाशाभोवती मुलांची ही झिम्मड पडली! जणूकाही फुललेल्या वेलीभोवती नाचणारी फुलपाखरेच! एक आजोबा म्हणाले, "खरा देवमाणूस आहे हं हा!" दुसरी आई उद्गारली, "कुठून रे बाबा आईची ही माया घेऊन आलास?" तिसऱ्या तरुणाने हसत हसत टीका केली, "नाही तर अजय!"

ही टीका अजयपर्यंत पोहोचली. त्याच्या अंगाचा तिळपापड झाला. प्रवासी एकदोन दिवसांनी जाईल म्हणून प्रथम तो स्वस्थ बसला. पण प्रवासी गाव सोडून गेला तर नाहीच! उलट त्याचे प्रस्थ अधिकच वाढू लागले. मुले त्याला गावातल्या साऱ्या चिंध्या गोळा करून नेऊन देत. तो हा हा म्हणता त्यांच्या सुंदर मजेदार बाहुल्या बनवी. कुणाही मुलाने बाहुली मागितली आणि त्याने नाही म्हटले असे कधी झाले नाही. विनयकडून नव्या नव्या बाहुल्या मिळाल्यामुळे मुले आनंदी, मुलांच्या सुखामुळे माता आनंदी, त्यांच्या हसऱ्या चेहऱ्यामुळे घरे आनंदी, असे जिकडेतिकडे आनंदाचे राज्य पसरले त्या गावात.

हे पाहून अजय मात्र चडफडू लागला. आपण एवढे मोठे जमीनदार, आपण एवढे प्रतिभासंपन्न शिल्पकार! आणि आपल्याकडे ढुंकूनही न पाहता सारे गाव एका भिकारड्या जिनगराच्या भजनी लागते! त्याच्या अंगाची लाही लाही झाली. तो मुद्दाम धर्मशाळेकडे गेला. देवाला प्रदक्षिणा घालतात त्याप्रमाणे बाहुल्या घेऊन कितीतरी मुले विनयच्या भोवती नाचत होती. एक बाहुली करता करता विनयने सहज मान वर करून पाहिले. अजय त्याला दिसला. विनय हसत म्हणाला, "महाराज, तुमच्या मुलाला देऊ का एक बाहुली?"

"मी कोण आहे हे ठाऊक आहे का तुला?"

विनयने मानेने होकार दिला.

"कोण?"

"माळी!"

अजयला वाटले इथल्या इथे या अपमानाचा सूड घ्यावा. अजयची उग्र मुद्रा पाहून विनय म्हणाला, "रागावू नका महाराज, असली चालतीबोलती फुलं असतीलच की तुमच्या घरात."

"मी शिल्पकार आहे."

विनय विस्मयाने पाहतच राहिला. त्याने विचारले, "आपले पुतळे मला पाहायला मिळतील का?"

वीज कडाडली– "आताच्या आता चालता हो या गावातून!"

"का?"

“माझ्या गावातल्या मुलांच्या हातात असल्या भिकारड्या बाहुल्या बघवत नाही मला.”

“तुमचे पुतळे पाहायला मिळाले तर ही बाळं या बाहुल्यांकडे ढुंकूनसुद्धा बघणार नाहीत.” विनयने उत्तर दिले.

आगीत तेल पडले. भडकलेल्या मनानेच अजय घरी आला. स्वत:चाच एक अलौकिक पुतळा करायचा त्याने निश्चय केला. अजय एक विलक्षण सुंदर पुतळा करीत आहे ही बातमी गावात जिकडेतिकडे पसरली. लोक उत्सुकतेने पुतळ्याची वाट पाहू लागले. विनयलाही आनंद झाला. तो म्हणाला, “त्या पुतळ्याकडे पाहता पाहता माझ्या बाहुल्यादेखील सुंदर होऊ लागतील!”

विनय दररोज नव्या बाहुल्या करीत होता आणि दररोज मुले खेळून खेळून त्या जुन्या करून टाकीत होती. पुष्कळ दिवसांनी पुतळा तयार झाला. अजय विनयकडे आला. तुच्छतेने हसून त्याने विचारले, “या गावात आल्यापासून किती बाहुल्या केल्यास तू?”

“कुणी मोजल्या आहेत? आपल्यावर दररोज किती फुलं उमलतात हे वेलीला कुठे ठाऊक असतं?”

“एक तरी अमर बाहुली निर्माण केलीस का आतापर्यंत?”

“बाहुल्या अमर नसतात.”

“तुझ्यासारख्या बाहुल्या अमर होत नसतील! पण माझ्यासारखी माणसं होतात.”

“माणसं यासुद्धा बाहुल्याच आहेत.”

“चूप! उद्या माझा पुतळा पाहायला ये आणि मग काय ती बडबड कर.”

पुतळ्याच्या प्रदर्शनाचा समारंभ मोठ्या थाटाचा झाला. दगडातून मनुष्य निर्माण झालेला त्या खेडेगावाने कधीच पाहिला नव्हता. त्यामुळे पुतळा पाहताच जो तो अगदी वेडा होऊन गेला. अजयच्या मुद्रेवर विजयाचे हास्य चमकले. पण ते क्षणभरच! लोकांत कुजबुज सुरू झाली होती. ‘विनयसारखा दिसतोय पुतळा नाही?’ हा हा म्हणता कुजबुजीचे रूपांतर जयघोषात झाले. ‘विनय, विनय, विनयचा पुतळा!’ अजयने पुतळ्याकडे पाहिले. मत्सराने आंधळ्या झालेल्या त्याच्या दृष्टीला आतापर्यंत या गोष्टीची कल्पनाच आली नव्हती. या पुतळ्याचे अजयपेक्षा विनयशीच अधिक साम्य होते. पुतळा करतानाही त्याचे मत्सरग्रस्त मन विनयचेच चिंतन करीत असावे!

अजयने तो पुतळा दूर रानात टाकून देण्याची सेवकांना आज्ञा केली. लोकांना तो पुतळा हवा होता. ते पुतळा नेऊ देईनात. अजयने लाठ्या चालवून लोकांना हाकलून दिले. पुतळा कुठेतरी दूर दूर नेऊन टाकण्यात आला.

आपल्यामुळे गावकऱ्यांना हा त्रास झाला असे वाटून त्या दिवशी रात्री विनय

कुणाचाही निरोप न घेता गाव सोडून गेला. दुसऱ्या दिवसापासून अजय त्या ओस पडलेल्या धर्मशाळेवरून अभिमानाने जाऊ लागला. गावातली लहान लहान मुले विनय बसत असे त्या जागेकडे शून्य दृष्टीने पाहत उभी असलेली त्याला दिसत. कितीतरी बायका मुद्दाम तेथे येत आणि विनय बसत असे त्या जागेला नमस्कार करून जात. अजयला त्यांच्या या वेडेपणाचे हसू येई.

पण एके दिवशी मात्र त्याचे हे हसू मावळले. धर्मशाळेपाशी केवढी तरी गर्दी झाली होती. तिच्यातून कष्टाने वाट काढीत अजय पुढे गेला. पाहतो तो विनय बसत असे त्या जागी एक पुतळा ठेवला आहे. अजयने रानात टाकून दिलेलाच पुतळा होता तो! लोकांनी तो शोधून परत आणला होता. निम्माशिम्मा पुतळा फुलांनी झाकून गेला होता. एकदम जाऊन त्या पुतळ्याला लाथ मारावी असे अजयला वाटले. त्याने पाऊलही उचलले–

इतक्यात एक लहान मूल त्या पुतळ्याजवळ जाऊन त्याला बिलगले. आपल्या लाडक्या आवाजाने ते म्हणाले, "मना चान चान बाउली देना ले. अं अं देना ले."

ते अर्भक पुतळ्याकडे केवढ्या आशेने पाहत होते! अजय खाली मान घालून गर्दीतून मुकाट्याने परतला.

१९३८

■

प्रवासी

एका खडकावर पोटाशी पाय धरून तो निजला होता.

अनंतकालाचा प्रवासी होता तो!

पहाटेच्या गार वाऱ्याने अंग शिरशिरताच तो उठला. रात्रभर वाटचाल करायचा निश्चय केला असूनही आपल्याला मधेच झोप कशी आली याचे त्याला आश्चर्य वाटले.

तो ताडकन उठला आणि–

तो रखडत चालू लागला. त्याचे अनवाणी पाय काळसर झालेल्या रक्ताने भरून गेले होते. चालताना खडे लागले की, त्याच्या पावलांचा कण नि कण विलक्षण वेदनांनी विव्हळ होत होता.

कंटाळून तो एका खडकावर बसला. त्याने सहज वळून मागे पाहिले. तो भाग किती सुंदर दिसत होता. धुक्यातून दिसणारे झाडांचे हसरे शेंडे– आईच्या पदराआडून डोकावून पाहणाऱ्या बालकासारखे भासले ते त्याला.

त्याने पुढे पाहिले. धुक्यापलीकडे काहीच दिसत नव्हते. अज्ञाताचा भयंकर सागर आपल्यापुढे पसरला आहे या कल्पनेने तो गोंधळून गेला.

आल्या वाटेने परत जावे म्हणून त्याने तोंडसुद्धा फिरविले!

इतक्यात एकदम ऊन पडले. धुके भराभर विरळ होऊ लागले. आपल्या डोळ्यांवर बांधलेली पट्टी कुणीतरी सोडीत आहे असे त्याला वाटले.

चालून आलेल्या वाटेकडे त्याने पाहिले. मघाशी त्याला ज्या झाडांचे शेंडे दिसले होते, ते एका भयंकर अरण्यातले वृक्ष होते. पाय रक्तबंबाळ करून टाकणारे काटे त्याला त्या अरण्यातच लागले होते. त्या प्रवासाच्या स्मरणाने त्याच्या अंगावर काटा उभा राहिला.

त्याने आपल्या पायांखाली आणि अवतीभोवती पाहिले. खडे, दगड, खडक- पण काटे कुठेच नव्हते. बाहेरच्या सृष्टीप्रमाणे त्याच्या दृष्टीतही प्रकाश चमकू लागला.

त्याने पुन्हा पुढे पाहिले. मघाशी धुक्याआड लपलेला सर्व भाग आता स्पष्ट दिसू लागला होता. सुंदर बाग– तिच्यात थुई थुई नाचणारे कारंजे– त्या कारंजाला

आशीर्वाद देणारा देवळाचा कळस– बागेत नाचणाऱ्या बालकांच्या अंधूक आकृत्या–

तो त्या दिशेने धावतच सुटला. त्याच्या डोळ्यांत नाचणाऱ्या आनंदावरून त्याच्या पायांची चाळण झाली आहे हे कुणालाही खरे वाटले नसते!

१९३९

■

चित्रगुप्ताच्या कचेरीत

सूर्यमंडळ मागे पडले; पण यमदूतांच्या पाशांतील अंगुष्ठमय जीव अजूनही मागे वळून पाहत होते. त्यांची ती तडफड– जणूकाही कोळ्याने पाण्यातून नुकतेच बाहेर काढलेले मासे!

दिव्य गायनाचे मधुर स्वर कुठूनतरी ऐकू येऊ लागले. पाशांतील मानवी जीव धडपडत पृथ्वीच्या दिशेने पाहत होते. पण ते दोघे यमदूत मात्र या गायनाने वेडे होऊन स्वर्गमार्गाकडे पाहू लागले.

खिन्न नि:श्वास टाकून पहिला दुसऱ्याला म्हणाला, ''रंभा गातेय वाटतं ही?''

दुसरा उत्तरला, ''रंभा असो नाहीतर ऊर्वशी असो. गाणं ऐकल्याशिवाय काही आपण पुढं येणार नाही.''

पहिल्याची मुद्रा सचिंत झाली. मृत्युलोकापासून यमधर्माच्या न्यायमंदिरापर्यंतचा प्रवास किती वेळात होतो हे काय चित्रगुप्ताला ठाऊक नसेल? पण त्या गोड गाण्याचा मोह कसा आवरायचा? मृत्युशय्येवरील रोग्यांचे आचके आणि त्यांच्या आप्तांचे आक्रंदन, यमधर्माच्या न्यायमंदिरात नरकाची शिक्षा झाल्याबरोबर मानवी प्राण्यांनी केलेला आक्रोश आणि नरकातली भयंकर शिक्षा भोगणाऱ्या दुर्दैवी जिवांच्या किंकाळ्या, हेच काय ते यमदूतांच्या जीवनातले संगीत! बिचाऱ्यांना मृत्युलोकातील पोलिसांच्या युक्त्याही ठाऊक नव्हत्या! नाटकगृहात पैसे न देता प्रवेश करायचे कसब मृत्युलोकातल्या न्यायदेवतेच्या दूतांनाच साधलेले असते. ते यमलोकींच्या येरागबाळांचे काम नव्हे.

सूर्यकिरण अदृश्य रीतीने पृथ्वीवरील जल आकर्षून घेतात. स्वर्गीय गीताच्या स्वरांनी त्या यमदूतांना तसेच आपल्याकडे ओढून नेले. मार्गाच्या बाजूला हातातील पाश ठेवून ते दोघेही ते गायन ऐकण्याकरिता निघून गेले.

यमदूत दूर गेले असे वाटताच पहिल्या पाशातून करुण शब्द आले, 'अजून मला कुणी पृथ्वीवर नेऊन सोडील तर–'

'मीही नाचत येईन भाऊ,' दुसऱ्या पाशांतून शब्द आले. अंधाऱ्या रात्री दाट गवताच्या मध्यभागी लुकलुकणाऱ्या काजव्याप्रमाणे त्या पाशांमध्ये ते दोन जीव दिसत होते.

"तुमचं नाव काय?" पहिल्या जीवाने विचारले.

"नाव?" दुसऱ्या पाशातील जीव हसून म्हणाला, "तेवढीच काय ती याद नाही बघा."

"तीच गत झालीय माझी. मी कोण ते आठवत नाही– माझं रूप कसं होतं तेही स्मरत नाही. पण बाकी साऱ्या गोष्टी आठवताहेत मला! माझ्या अंगणातला तो उंच माड–"

"माड? माडी– माडीच्या आठवणीने आपल्या तोंडाला पाणी सुटलं बुवा."

"मी माडी प्यालो नाही कधी. पण काही झालं तरी या परलोकात तुम्ही आम्ही एक. मला माडाची आठवण होते तशी तुम्हालाही होतेय! दोघांनाही जर इथून निसटायला मिळालं–"

"तर काय गंमत होईल राव? एकदोन दिवसांत नवं व्हायचं होतं आमचं गावच. काय देवानं वाकडा वेळ आणला माझ्यावर."

"माझ्याही गावातलं नवं एकदोन दिवसांतच व्हायचं आहे! वा:! तुम्ही आम्ही तर अगदी शीवशेजारी झालो. आता यमाच्या कचेरीत एकमेकाला सोडायचं नाही हं!"

"सोबतीनं आलो तसे सोबतीनंच राहू. पण दादा, आता इथे निस्त्याक मासळीचं सांबारं मिळेल काहो?"

"ताक कसं मिळेल हा मोठा प्रश्न पडला आहे मला! हो! स्वर्ग मिळाला तरी काय उपयोग? म्हणतात ना 'तक्रं शुक्रस्य दुर्लभम्!"

"काय? काय म्हणालात दादा? मला नाही समजलं तुमचं बोलणं."

'समजून तरी काय करायचं आता? स्वर्गात पारिजातकाची फुलं असतील; पण सुरंगीची? छे! आमच्या हिला किती आवड होती ती!"

"माझ्या घरकरणीचा सारा जीव अबोलीवर! आता पाहायलासुद्धा मिळायची नाहीत ही फुलं."

"स्वर्गात कल्पवृक्ष असतात म्हणे. पण आमच्या परसातल्या माणकुरच्या कलमाची गोडी काही निराळीच आहे."

"माझ्या दारातला तो रसाळ फणस–"

"अन् पावसाची गंमत तरी कुठून पाहायला मिळणार इथे? स्वर्गात पाऊस पडणार कुठून? अंगणातल्या माडावर टपाटप पावसाचे थेंब पडू लागले की– अहाहा! मंत्रघोष चालल्यासारखा वाटे अगदी!"

"आकाशात गडगडायला लागलं की, ढोल वाजविल्यागत आवाज होई. नाही का?"

यमदूतांची चाहूल ऐकू येऊ लागली. दोन्ही पाशांतून हळूच उद्गार निघाले. "साऱ्या गोष्टींत एकमत आहे आपलं. एकमेकांना सोडायचं नाही हं आता. अगदी

गळ्याची शपथ.''

त्यांचे शेवटचे शब्द परत येणाऱ्या यमदूतांच्या कानांवर पडले. त्यांना हसू आवरेना. शरीरविरहित जीवांनी गळ्याची शपथ घेण्यात काय अर्थ आहे असेच ते हसे विचारीत असावे.

यमदूतांनी लगबगीने आपले पाश उचलले आणि ते धावतच यमलोकाकडे निघाले. वैतरणीच्या तीरावर येऊन होडीत बसताच दूतांनी दोन्ही पाश एकत्र टाकले. एका पाशातून हळूच शब्द आले. ''आपल्या गावची तार याच्याहूनही मोठी आहे नाही?''

दुसऱ्या पाशातून अस्फुट लकेर आली, ''ताऱ्या वल्हाव रे वल्हाव रे.''

पहिल्या पाशातून उद्‌गार आले, ''जरा मोठ्यानं म्हणा. काय गाणं आहे.''

यमदूतांच्या भीतीने ते गाणे दुसऱ्या जीवाने म्हटले नाही. होडी काठाला लागताच यमदूत पुन्हा पाश घेऊन धावत सुटले आणि चित्रगुप्ताच्या कचेरीत येऊन दाखल झाले. चित्रगुप्ताने कपाळावरील चश्मा नाकावर सरकविला आणि विचारले,

''किती जीव?''

''दोन.''

''कसलं मरण?''

''अपघाताचं.''

''दोघांचंही?''

''हो, दोघंही अपघातानंच मेले.''

पाशातील जीव उत्कंठित वृत्तीने ऐकू लागले. नामरूपाप्रमाणे आपल्या मरणाचेही त्यांना स्मरण नव्हते.

''कसला अपघात झाला?'' चित्रगुप्ताने प्रश्न केला.

पहिला यमदूत आपला पाश दाखवीत म्हणाला, ''हा ब्राह्मण!''

दुसऱ्याने आपला पाश वर करीत म्हटले, ''हा अस्पृश्य!''

''एकाच वेळी यांना कुठे अपघात झाला? मोटारखाली दारू प्यायलाबियला होता की काय?'' चित्रगुप्ताने आश्चर्याच्या स्वराने विचारले.

''अपघात मोटारीत नाही झाला? आर्यभूमीतल्या कोकण प्रांतातील एका देवळात!'' पहिला दूत म्हणाला.

''अस्पृश्य काठ्या घेऊन देवळात शिरत होते आणि ब्राह्मण काठ्या घेऊन त्यांना अडवीत होते. त्या मारामारीत एकमेकांची डोकी फोडली या दोघांनी!'' दुसरा दूत उद्‌गारला!

''हरामखोर!'' दोन्ही पाशांतून एकदम एकच शब्द बाहेर पडला!

१९३२

■

शांतिदेवता

मोठा विख्यात मूर्तिकार होता तो. रातराणीच्या फुलासारखी त्याची कला होती. जितकी नाजूक, तितकीच आपला सुगंध सहज दूरवर दरवळून सोडणारी.

त्याच्या हातून कितीतरी सुंदर मूर्ती निर्माण झाल्या होत्या. राजधानीतल्या चौकाचौकातले पुतळे, राजवाड्यातल्या महालामहालातल्या प्रतिमा, देवालयांतल्या रम्य आणि रुद्र मूर्ती –पारिजातकाला बहर यावा तशी त्याची कला एकसारखी फुलत राहिली होती.

पण मूर्तिकार मात्र मनातल्या मनात असंतुष्ट होता. आपल्या अस्वस्थतेचे कारण त्याचे त्यालासुद्धा नीट कळत नव्हते. मधेच त्याला वाटे– आपल्या कलेत अजून काहीतरी कमी आहे. अंधाऱ्या रात्री आकाशभर तारका चमकत असल्या तरी चंद्रकोरीची उणीव दृष्टीला चटकन जाणवते. आपल्या कलेतही तशीच काही उणीव आहे–

ते काहीतरी शोधून काढायचे वेडच लागले त्याला. रात्रीच्या रात्री तो तळमळत जागून काढू लागला. अधूनमधून त्याला डुलकी येई, क्वचित एखादे मधुर स्वप्न त्याच्या अर्ध्याउघड्या डोळ्यांपुढून तरळत जाई. पण तो जे शोधीत होता ते मात्र त्याला काही केल्या सापडेना. तो स्वत:वरच संतापला– रागाने अगदी वेडा होऊन गेला. एकदा तर तो अपरात्री एकदम उठला. त्याने हातोडी घेतली. आपल्या प्रिय पत्नीच्या आवडत्या पुतळ्याजवळ जाऊन तो क्रूर दृष्टीने त्याच्याकडे पाहू लागला. त्याची पत्नी त्यावेळी जागी झाली म्हणूनच ती मूर्ती बचावली!

खूप उकाडा व्हावा, आभाळ अंधारून जावे, धुळीचे लोट उठावेत; पण पाऊस मात्र पडू नये, तशी त्याच्या मनाची स्थिती झाली.

शेवटी एके दिवशी पाऊस आला.

स्वप्नातून तो हसतच जागा झाला. त्याची ध्येयमूर्ती त्याला दिसली होती. तिच्या मुद्रेवर चमकणारे ते अद्भुत स्मित! त्या स्मिताच्या लहानसहान छटेतसुद्धा शारदीय पौर्णिमा नाचत होती.

मूर्तिकार स्वत:ला विसरून गेला. त्याच्या डोळ्यांपुढे ती स्वप्नातली हसरी मूर्ती गात होती. त्या गाण्याचा सूर न् सूर पाषाणात कोरून ठेवण्यासाठी तो धडपडू लागला.

***

मूर्ती तयार झाली. तिचे ते अद्भुत मधुर स्मित– ती शांत वत्सल दृष्टी– साऱ्या जगाला पोटाशी धरण्याकरिता तिने आतुरतेने पसरलेले बाहू–

मूर्तिकाराचा आनंद गगनात मावेना. त्याने मूर्तीचे नामकरण केले– शांतिदेवता.

साऱ्या नगरात ज्याच्या त्याच्या तोंडी एकच विषय झाला– नवी मूर्ती– शांतिदेवता!

लवकरच सुरू होणाऱ्या लढाईच्या विचारात राजा व्यग्र होता. पण तोसुद्धा आपणहून शांतिदेवता पाहायला आला. परत जाताना तो हसत मूर्तिकाराला म्हणाला, "तुम्हाला याचं बक्षीस लवकर मिळेल!"

एका घटकेत राजसैनिकांनी मूर्तिकाराचे घर वेढून टाकले. एखाद्या गुन्हेगाराप्रमाणे हातापायांत बेड्या घालून त्याची अंधारकोठडीकडे रवानगी करण्यात आली. कोठडीचे दार लावून घेणाऱ्या अधिकाऱ्याला मूर्तिकार म्हणाला, "माझे प्राण घ्या हवेतर! पण माझी ती नवी मूर्ती– ती शांतिदेवता– तिला धक्का लावू नका." बाहेरून विचित्र हसणे ऐकू आले. मूर्तिकाराला वाटले– आपल्या हातापायांतल्या बेड्याच खळखळाट करीत आहेत.

***

दिवस गेले, महिने गेले, वर्षे गेली. मूर्तिकाराला आपला गुन्हा कधीच कळला नाही, त्याला त्याची पर्वाही नव्हती. मन विषण्ण झाले की, तो आपल्या नव्या मूर्तीच्या चिंतनात मग्न होऊन जाई– हा हा म्हणता त्याला आपल्या दुःखाचा विसर पडे.

एके दिवशी अकस्मात त्याच्या अंधारकोठडीचा दरवाजा उघडा झाला. त्याच्या अंगावरला कैद्याचा पोशाख दूर होऊन तेथे उंची वस्त्रे झळकू लागली. मोठ्या मानसन्मानाने त्याला दरबारात नेण्यात आले. राजाच्या जवळच त्याचे आसन मांडले होते.

ती विलक्षण शिक्षा– हा विचित्र सन्मान– मूर्तिकार हसून स्वतःशीच म्हणाला, 'राजेलोक लहान मुलांहूनही लहरी असतात हेच खरं.'

त्याने भोवताली पाहिले.

मूर्तीची पाठच त्याच्याकडे होती. तरी तिच्या दर्शनाने त्याच्या अंगावर रोमांच उभे राहिले. ती शांतिदेवता होती. तिच्या डोक्यावर रत्नजडित मुकुट विलसत होता, तिच्या गळ्यात मोत्यांच्या माळा रुळत होत्या. सारा दरबार हात जोडून तिच्या पूजेसाठी सज्ज झाला होता. मूर्तिकाराचा आनंद गगनात मावेना.

त्याचा हात धरून राजा त्याला मूर्तीकडे नेऊ लागला. मूर्तिकाराने आनंदाने डोळे मिटून घेतले.

राजा बोलू लागला, "लोकहो, आपल्या विजयाचं सारं श्रेय या मूर्तीला आहे. हिनं आपल्या सैनिकांना स्फूर्ती दिली– हिनं शत्रुसैन्याच्या रक्ताचे पाट वाहवले!"

मूर्तिकाराने दचकून डोळे उघडले. समोरची मूर्ती– ती त्याचीच होती! पण त्याने स्वप्नात पाहिलेली मूर्ती आणि ही मूर्ती– छे! दोन्हीत कसलेच साम्य नव्हते. या मूर्तीचे हास्य राक्षसी भासत होते, या मूर्तीची दृष्टी हिंस्र श्वापदाची होती, या मूर्तीच्या पसरलेल्या बाहूंत रक्ताने भरलेले एक मुंडके–

मूर्तिकार राजाला म्हणाला, "तुमची कल्पना छान आहे! पण अजून या मूर्तीत थोडंसं वैगुण्य राहिलं आहे. ते दूर झालं तर–"

कुणीतरी हातोडी पुढे केली.

मूर्तिकार झटकन पुढे झाला नि एखाद्या पिसाटाप्रमाणे त्या मूर्तीवर भराभर घाव घालू लागला. मूर्तीच्या तुकड्या-तुकड्याबरोबर त्याच्या मुद्रेवर आनंदाच्या छटा चमकू लागल्या.

१९४३

■

परमेश्वर

बाहेर अंधार पडला होता. टोळाला तिथे करमेना. तो खिडकीतून खोलीत आला. दिव्याचे किरण अंगावर पडताच त्याचा हिरवा रंग चमकू लागला. जणूकाही मावळतीकडे कललेल्या सूर्याच्या प्रकाशाने चमकणारे समुद्राचे पाणीच!

टोळ अभिमानाने आपल्या रंगाकडे पाहत होता! 'घुर्र घुर्र' असा आवाज कानी पडताच त्याने दचकून पाहिले. दिव्याच्या खाली एक मांजर बसले होते. किती काळेकुट्ट होते ते! दिव्याखाली अंधार म्हणतात ते खोटे नाही काही!

अभिमानाच्या लाटा टोळाच्या मनात जोराने उचंबळू लागल्या, 'माझा रंग कसा हिरवा हिरवा गार आहे. अगदी पाचूसारखा! नाहीतर हा दिव्याखालचा कोळसा!'

तो आनंदाने नाचू लागला.

पाखरे झाडावर कशी खेळकरपणाने नाचतात. आता या डहाळीच्या टोकाला झोका दे, लगेच त्या डहाळीशी फुगडी खेळ! टोळही तसेच करू लागला. क्षणात छपरापर्यंत भरारी मारावी, क्षणात भिर्रकन खाली यावे!

उडता उडता त्याला वाटले, 'कसं आहे माझं शरीर! जणूकाही विमानच. नाहीतर तो दिव्याखाली बसलेला काळभैरव! खटारा आहे झालं नुसता!'

दिव्याखाली मांजर खिन्न मुद्रेने बसले होते. आज चार दिवसांत उंदीर लांब राहिला, पण पाल– फार काय झुरळसुद्धा त्याला मिळाले नव्हते.

'घुर्र घुर्र' करीत ते मोठ्याने म्हणाले, ''किती निर्दय आहे देव! आज चार दिवस झाले–''

त्याचे हे शब्द ऐकून टोळाला आश्चर्य वाटले. देव आणि निर्दय? ज्या देवाने आपल्याला हा सुंदर हिरवा रंग दिला, विमानासारखे चपळ शरीर दिले, तो देव निर्दय कसा असेल? दिव्याशेजारी उडी मारून तो म्हणाला, ''बोकोबा, महामूर्ख आहेस तू. देव दयाळू आहे. बघ, देवानं दिलेला हा माझा रंग बघ. हे बघ विमान वर चाललं.''

पण ते विमान उडण्यापूर्वीच जमिनीवर कोसळून पडले. मांजराने अचूक टिपण साधले होते.

टोळाने आक्रोश केला, ‘‘देव निर्दय आहे. दु-ष्ट–’’

मांजर मिटक्या मारीत म्हणाले, ‘‘देव दयाळू आहे, फार दयाळू आहे.’’

■

दोन आवाज

खळ्– खळ्– खळ्–

बैलांच्या गळ्यांत घुंगरू होते.

पहाटेची प्रसन्न व प्रशांत वेळ. घुंगराचा हा मंजूळ आवाज ऐकून एखाद्या कवीला वाटले असते– जागी झालेली सृष्टिबालिका हळूच पाय हलवीत आहे आणि तिच्या पायांतील वाळे वाजत आहेत. दुसऱ्या एखाद्या कवीच्या कल्पनेला भास झाला असता– रात्री क्रीडा करण्याकरिता पृथ्वीवर आलेल्या अप्सरा लगबगीने स्वर्गाकडे परत जात आहेत आणि त्यांच्या पायांतील पैंजण छुमछुमत आहेत.

कर्र– कर्र– कर्र– कर्रर्र–

गाडी उताराला लागल्यामुळे चाकांचा कर्णकटू आवाज कर्कशपणाने उमटू लागला. कविजनांनी या आवाजाचाही काव्यमय अर्थ केला असता– 'जागी झालेली सृष्टिबालिका रडत आहे अथवा रात्री पृथ्वीवर उतरलेली आशाळ–भुते किंचाळत नरकाकडे धावत आहेत!'

पण त्यांचे हे काव्य घुंगरांनी वाऱ्यावर फेकून दिले असते. आपल्या गोड गाण्याचा विरस करणाऱ्या चाकांचा मनस्वी राग आला होता त्यांना!

घुंगरांनी तावातावाने गाडीवानाला विचारले, "कोण रडतंय हे?"

"रडणं नाही ते!"

"रडणं नाही? घुबड, भालू, कवडा– साऱ्यांचे सूर एक झालेले दिसतात या चाकांच्या आवाजात! बंद करा म्हणावं त्यांना आपलं रडगाणं!"

"पण उताराला लागली आहे गाडी!"

"उतार नाही नि चढ नाही! असली रडारड मागे मागे लावून घेण्याची मुळीच इच्छा नाही आमची. आवाज कसा हवा? खळ्– खळ्– खळ्– छुम्– छुम्– छुम्–' गाडीवान विचारात पडला.

तो गप्प बसलेला पाहून घुंगूर त्याला म्हणाले, "वेड्या, हवीत कशाला ही रडवी चाकं? कशी छान गाडी आहे, सुंदर बैल आहेत, तुझ्यासारखा हाकणारा आहे, गोड गाण्यानं प्रवासाचा शीण नाहीसा करणारे आमच्यासारखे घुंगूर आहेत– दे हाकलून त्या चाकांना! मग काय खळ्– खळ्– खळ्! छुम्– छुम्– छुम्– छुम्– छुम्–'

गाडी कर्रर आवाज करीत पुढे चालू लागली. आणि घुंगूर? त्यांच्या कटकटीला कंटाळून गाडीवानाने त्याचीच उचलबांगडी केली होती. ते गाडीतल्या सामानात मुके होऊन पडले होते!

त्यांनी गाण्याचा प्रयत्न केला. पण त्यांच्या तोंडातून स्वरच उमटेना. थोडा वेळ गेल्यावर चाके गाडीवानाला म्हणाली, “घुंगूर कुठे आहेत दादा? त्यांना जरा गाणं म्हणायला सांग की! किती गोड गातात ते! नाहीतर आमची ही किरकिर!”

१९३५

■

विकास

झुळझुळ पाणी वाहू लागले. एखाद्या गायकाने आपल्या कंठातून बाहेर पडणाऱ्या मधुर स्वरात गुंग होऊन जावे, त्याप्रमाणे त्या झुळझुळ आवाजाने पर्वतराजाची समाधी लागली.

पण त्याची ही समाधी फार टिकली नाही.

माडीवरल्या मुलीच्या पायांतल्या वाळ्याची छुमछुम त्याला प्रथम ऐकू येत होती. पण थोड्या वेळाने त्याला वाटले– कुठेतरी नर्तिकेचे नृत्य चालले आहे. आपणाला जो आवाज ऐकू येत आहे तो तिच्या पायांतल्या पैंजणांचा!

पर्वताने डोळे उघडून पाहिले.

झुळझुळ वाहणारे पाणी खळखळ करीत दूर चालले होते.

पर्वताने नदीला हाक मारली, ''मुली–''

नदीने वळून मागे पाहिले. तो लाटांचा फेस नव्हता; तिचे हास्य होते.

पर्वताने विचारले, ''कुठे चाललीस?''

''दूर दूर!''

''मला सोडून?''

''हो! इथे राहून माझ्या जीवनाचा विकास व्हायचा नाही!''

***

नदी वेगाने धावू लागली.

तिचे पात्र पदोपदी मोठे होऊ लागले.

कुणी तिची पूजा करू लागले.

कुणी चांदण्यात तिच्या प्रवाहात नौकाविहार करू लागले.

नदी अभिमानाने पुढे धावू लागली.

धावता धावता तिला दुरून पाण्याचा खळखळाट ऐकू येऊ लागला. तिने काठावरल्या झाडांना विचारले, ''कोण गातंय?''

वृक्ष उत्तरले, ''महानदी! तू आता या महानदीला मिळशील.''

नदी जागच्या जागी थांबून रागाने उद्गारली, ''दुसऱ्या नदीला मिळून माझ्या

जीवनाचा विकास व्हायचा नाही.''

झाडावरली पाखरे किलबिलली, ''महानदीतून तू समुद्राला जाऊन मिळशील.''

नदी नाक मुरडून उद्‌गारली, ''समुद्र! खाऱ्या पाण्याचं ते मोठं डबकं! नि त्याला जाऊन मी मिळणार? छी! तिथे माझ्या जीवनाचा विकास होणार नाही!''

***

एक मोठे वळण घेऊन नदी दुसऱ्याच दिशेने वाहू लागली.

किती रूक्ष प्रदेश होता तो! जणूकाही हिरवा रंग जगात आहे हे त्याला ठाऊकच नव्हते.

नदीचा खळखळाट ऐकताच हजारो लोक तिच्या काठांवर धावत आले.

काही म्हणत होते, 'देव पावला!'

काही कुजबुजत होते, 'हिचे कालवे काढा. म्हणजे या फत्तरांनासुद्धा फुले येतील!'

कालव्यांच्या कामाला सुरुवात होताच नदी खवळली. ती रागावून म्हणाली, ''अशानं माझ्या जीवनाचा विकास कसा होईल! तिकडे तुमची शेतं पिकतील; पण इकडं माझं पात्र कोरडं होईल ना?''

***

तिकडे महानदी, तिच्या पलीकडे समुद्र, इकडे हे कालवे काढणारे शेतकरी!

या सर्वांना चुकवून नदी धावू लागली.

पण आता तिची गती मंद झाली होती.

तिने पुढे पाहिले– एक भलेमोठे वाळवंट पसरले होते. तिने उजवीकडे पाहिले–

डावीकडे पाहिले– कसले तरी वादळ सुरू झाले होते. सपाट जागी भराभर वाळूच्या टेकड्या उठत होत्या.

कुणीतरी चेटकीण हे सारे करीत आहे असे तिला वाटले! ती ओरडून म्हणाली, ''मला दुसरं काही नकोय! मला माझा विकास हवाय!''

दाही दिशा विकट हास्य करीत आहेत असा तिला भास झाला. पण ते राक्षसाचे हास्य नव्हते; वाळूच्या प्रचंड वावटळी होत्या.

***

आजकाल त्या रखरखणाऱ्या वाळवंटातून प्रवास करणाऱ्या लोकांना एक अगदी लहान असा झरा दिसतो. त्या झऱ्याच्या आजूबाजूला उगवलेली हिरवळ

बघून त्यांना मोठा आनंद होतो. त्या लुसलुशीत हिरवळीला कुरवाळल्याखेरीज एकही प्रवासी पुढे जात नाही. हिरवळीच्या मृदू स्पर्शाने त्याच्या मुद्रेवर आनंदाच्या छटा चमकू लागल्या की, त्या चिमुकल्या झऱ्यात लहान लहान तरंग उठतात आणि हसत हसत एकच शब्द गुणगुणू लागतात– 'विकास.'

१९४१

■

पृथ्वी कशी शांत झाली?

प्राचीन काळची गोष्ट.

अंतरंगातला दाह असह्य होऊन एका विशाल तेजोगोलाचे तुकडे तुकडे झाले.

त्यातला एक तुकडा दूर दूर जाऊन पडला.

देवाला त्या तुकड्यातून नवी सृष्टी निर्माण करण्याची लहर आली. त्याने तो पाण्यात टाकला. तुकडा बाहेरून शांत झाला. देवाने त्याचे मोठ्या आवडीने नाव ठेवले 'पृथ्वी!'

देव पृथ्वीला म्हणाला, 'अशी उदास मुद्रा करून काय बसलीस? जरा हास.'

पृथ्वीने उत्तर दिले, 'देवा, हसू आणून येत नाही. ते आतून फुलून यावं लागतं. माझ्या अंतरंगात कशी आग आग होतेय! ती विझवल्यावाचून–' त्या आगीच्या चटक्यांनीच की काय, पृथ्वी थरथर कापू लागली. या धरणीकंपाने देवसुद्धा गोंधळून गेला.

बराच वेळ विचार करून तो पृथ्वीला म्हणाला, 'तुझ्या अंतरंगातला दाह शांत करण्याकरिता मी एक नवा प्राणी निर्माण करतो. त्याचे नाव मानव!'

मानवप्राणी पृथ्वीच्या पाठीवर खेळू लागला. दगडाधोंड्यांनी भरलेल्या पृथ्वीला फळाफुलांनी सुशोभित करण्याकरिता तो अहोरात्र श्रम करू लागला.

माणसांच्या अंगातून गळणाऱ्या घामांच्या धारांनी पृथ्वी भिजून गेली. हा हा म्हणता तिच्यावर हिरवळ फुलली, वेली डुलू लागल्या, वृक्ष उंच उंच हात करून आकाशाला स्पर्श करण्याचा प्रयत्न करू लागले.

शेते सोनेरी पिकांनी भरून गेली. जणूकाही अलंकारांनी नटलेली मुलेच!

मंदिरे आपल्या सौंदर्याचा दिमाख दाखवीत उभी राहिली. जणूकाही यौवनात पदार्पण करणाऱ्या मोहक तरुणीच!

नगरे भराभर विस्तार पावू लागली. जणूकाही पराक्रमी पुरुषांच्या मनातल्या आकांक्षाच!

पृथ्वीचे हे नवे स्वरूप पाहून देवाला मानवाचा मोठा अभिमान वाटला.

त्याने पृथ्वीला विचारले, 'आता तरी तुझं अंतरंग शांत झालं ना?'

पृथ्वीने काहीच उत्तर दिले नाही. मात्र मन आवरले असतानाही तिच्या तोंडून

एक मोठा हुंदका बाहेर पडला.

माणसे म्हणाली, ‘ज्वालामुखीचा स्फोट झाला!’

देव रागाने बोलू लागला, ‘या असंतुष्ट पृथ्वीचं कधीच समाधान व्हायचं नाही. हिच्यासाठी मी नवा प्राणी निर्माण केला. एखाद्या जादूगाराप्रमाणे त्यानं तिचं सारं स्वरूप बदलून टाकलं– त्यानं आपल्या अंगातला घाम गाळून हिला नवं सौंदर्य दिलं. इतकं होऊनसुद्धा हिची कुरकुर अजून कायमच आहे!’

त्याने रागारागाने निश्चय केला– आता पृथ्वीशी एक शब्दही बोलायचा नाही.

पृथ्वीवर सर्व काही भरभर वाढत होते– धन, धान्य, मंदिरे, नगरे, माणसे! आणि दुःखेसुद्धा!

वाढत्या वैभवाने माणसांचा मत्सर वाढला– दुसऱ्याला गुलाम करून त्याच्या जिवावर चैन करण्याची इच्छाही वाढत गेली. माणसामाणसांत भांडणे सुरू झाली. हा हा म्हणता भांडणाचे रूपांतर महायुद्धात झाले.

पृथ्वीवर रक्ताचे पाट वाहू लागले.

देवाला वाटले– मानवाच्या अंगातल्या या रक्ताने आता पृथ्वीचा दाह शांत होईलच होईल.

आपला अबोला सोडून हसत हसत तो पृथ्वीला म्हणाला, ‘मानवाच्या घामाच्या धारांनी तुझी आग शांत झाली नाही. पण आता त्याच्या या रक्ताच्या प्रवाहानं तरी–’

‘या रक्तानं ती आग अधिकच वाढली आहे.’ पृथ्वी स्फुंदत उद्गारली.

देव संतापून म्हणाला, ‘मग तुझी ही आग कधीच शांत होणार नाही. रक्तापेक्षा अधिक मोलाचं मनुष्यापाशी दुसरं काहीच नाही!’

रागारागाने देव स्वर्गात जाऊन निजला.

बराच काळ लोटला.

एके दिवशी देवाला शयनमंदिरात एक गीत ऐकू येऊ लागले. तो स्वर त्याच्या ओळखीचा होता. पृथ्वीच गात होती यात शंका नाही.

त्याला आश्चर्य वाटू लागले– पृथ्वीचा स्वर पुन्हा कधी काळी आपल्या कानांवर आला तर तो आक्रोश म्हणूनच येणार अशी त्याची खात्री होती.

देव धावतच सुटला. स्वर्गाच्या सीमेवर येऊन तो ऐकू लागला.

किती शांत नि मधुर सूर होते ते! दुःखी मनुष्याच्या कंठातून असे स्वर निघतील? छे! आगीतून कधी फुले बाहेर पडली आहेत का?

एखाद्या लहान मुलाप्रमाणे देवाची स्थिती झाली. अधीर मनाने धावत तो पुढे आला. त्याने पृथ्वीला विचारले, ‘काय चाललंय?’

‘हसणं... गाणं!’

‘गाणं? अंतरंगात आग पेटलेली असताना गाणं कसं सुचतंय तुला?’

‘ती आग शांत झाली!’

‘शांत झाली? कुणी शांत केली ती?’

‘मानवानं!’

‘कशानं?’

‘त्याच्या अंत:करणात जागृत झालेल्या बंधुभावानं! या भावनेमुळे त्याच्या डोळ्यांतून पाझरणाऱ्या अश्रूंनी!’

१९४१

■